தாய்மை

கலைஞர் மு. கருணாநிதி

Title: Thaaimai

Author: M. Karunanidhi

Language: Tamil

First Published on: 1956

Year of Publication: 2024

Book Format: Paperback

*Page Size: 6inch * 9inch*

Category: Fiction

Subject: Short Stories

No. of pages: 78

ISBN: 978-81-988229-5-6

Published by: Nilan Publishers, Madurai, Tamilnadu, India

பொருளடக்கம்

குறிப்புகளுக்காக

தாய்மை

சரசத்தாலும் சாகசத்தாலும் எப்படியோ அரசியின்மீது அரசனுக்கு இருந்த அன்பை அழித்துவிட்டேன். அரசனது இருதயத்திலே அழியாத சித்திரமாக அமர்ந்திருந்தாள் அந்தக் கோப்பெருந்தேவி. அந்தக் கலையாத ஓவியத்தைக் கரிகொண்டு மெழுகிவிட்டேன்.

"மன்னனின் மன மாளிகையில் ஜோதி விளக்கு அவள். ஒரு காலத்தில்! அந்த ஜோதி விளக்கு இன்று வீதியிலே வீசப்பட்டுவிட்டது. தோழிகள் புடை சூழ- தோகை மயில்கள் ஆடும் நந்தவனத்தில் மலரால். நடை பாதை அமைத்து, அவளும் அரசரும் ஆனந்த பவனிகள் நடத்தினரே-அது அந்தக் காலம்.

"இப்போது வேந்தரின் இருதயத்தில் இந்த சுழற் கண்ணியின் சுந்தர ரூபம் பூஜை அறைப் படம்போல ஜோடித்து வைக்கப்பட்டிருக்கிறது. வேந்தரின் "மடியும், மலைத் தோளும் அவளுக்குச் சொந்தம் ஒரு காலத்தில்! இன்றோ என் சொல்லுக்குச் சுழலும் "மாயப் பதுமை" யாகி விட்டார். மணிமுடி வீரர் ! இது எனக்கு வெற்றி தான்--ஆனாலும் என் மனம் அமைதியடையவில்லை. அரசரின் பாசத்தையும் நேசத்தையும் இழந்தாள் எனினும் பட்டத்து ராணி என்ற மதிப்பை இழந்தாள் இல்லை. அவளது மகன்தான் கிரீடத்துக்குச் சொந்தக்காரன் என்ற பாத்யதையைப் பறிகொடுத்தாள் இல்லை.

"இந்த நிலையில் எனக்கு நிம்மதி ஏது மைத்துனரே! ஊரெல்லாம் அவள் பக்கம் அனுதாபம் காட்டுகிறது. அரசரும் அவளும் பிரிந்திருப்பது நாட்டுக்கு ஏற்பட்ட எதிர்பாராத கேடு

என்று புலம்புகிறது மக்கள் மன்றம். என்னுடைய குணாதிசியங்களைக் கொற்றவன் சரியாகப் புரிந்துகொள்ள வில்லை; அதனால் என் வலையில் வீழ்ந்து விட்டார் - என்று மந்திரிகளின் குழு மாரடித்து அழுது கொண்டிருக்கிறது. இளையராணி நான்-என்கிற மதிப்பைக்கூடத் தர மறுக்கிறது அரண்மனை வட்டாரம்.

"அரசரின் மஞ்சத்து ராணியாக மட்டுமின்றி, வெஞ்சமரில் வாளெடுத்து வேலெடுத்துப் போர் புரியும் வீராங்கனை யுமன்றோ கோப்பெருந்தேவி --அவள் எங்கே, வளையொலியால் மலைநிகர்த்தவரை வளைத்து விட்ட இவளெங்கே - என்று வீரர்களின் பாசறைகளில் பேசப்படுகிறது. இத்தனை எதிர்ப்புகளையும் சமாளிப்பதற்கு நான் தயாராகிக் கொண்டிருக்கிறேன். ஆனாலும் மைத்துனரே! அவள் மகன் இன்பசாகரன் வளர்ந்து, இளவரசு மகுடத்தைத் தலையில் தூக்குவதற்குள் அழிக் கப்பட்டு விடவேண்டும். சுந்தரபுரி, சுழறக்கண்ணியின் சொத்தாக மாற வேண்டும். என் வயிற்றிலே வளர்ந்து கொண்டிருக்கும் சிசு இந்த நாட்டு செங்கோலுக்கு உரிமை பாராட்ட வேண்டும். அதற்குத் தடை அவளது அருமருந்தன்ன மகன்! தடை இடரப்பட ஒரு வழி கூறும் மைத்துனரே! உமது உதவியோடுதான் நான் ஜெயக்கொடி நாட்ட வேண்டும்.

"மைத்துனரே! உமது மறைவிலே நின்றுகொண்டு தான் என் ஜீவ லட்சியத்தை நிறைவேற்ற வேண்டும். ஏன் மௌனமாக இருக்கிறீர் பேசும்! விலகி நின்று பேசுகிறேனே என்ற கோபமா ? வேந்தர் வரும் நேர மாயிற்றே என்றுதான் பயந்தேன். இதோ..மூடிக் கிடக்கும் உமது முரட்டு உதடுகளை எனது ரோஜா இதழ்களால் திறக்கிறேன்...இச்! இச்!! போதுமா? நீண்ட விருந்து மற்றொரு நாளைக்கு! மைத்துனரே! சுந்தரபுரியின் ராணி சுழற் கண்ணி-அவள் குழந்தைக்கு இந்த நாடு உரியது - இப்படி ஒரு நல்ல எதிர்காலம் தோன் றுமா?

அதற்கான திட்டம், உமது தீட்சண்யமிக்க மூளையிலே இப்போதே உதயமாகுமா?"

"கவலைப்படாதே சுழற்கண்ணி! இந்த தீட்சண்யன் இருக்கும்போது திட்டங்களுக்கா குறைவு? தித்திக்கும் முத்தங்களை நீ தந்ததுபோல், சித்திக்கும் யோசனைகளைத் தரவும் நான் தயங்க மாட்டேன். அரசரின் இளைய ராணியாவதற்கு அபூர்வமான ஆலோசனை வழங்கினேனே அதை மறந்தாயா? அதைப் போலவே இளவரசன் இன்பசாகரனை வாழ்க்கைப் புதரிலிருந்து பறித்துப் போட சரியான வழி கண்டு பிடிக்கிறேன்.

"இன்பசாகரன் இளம் அரும்பு! அந்த அரும்பை விரலால்கூட நசுக்கி எறிந்துவிட முடியும் நான் நினைத் தால்! "

"ஆனால், அந்த அருப்பு இருக்குமிடமோ அரண்மனைத் தோட்டம். வேலியற்ற கொல்லையல்ல், வேந்தன் வீட்டு முல்லை மொக்கு இருக்குமிடம்! சர்வ ஜாக்கிரதையாக சதியை நிறைவேற்ற வேண்டும். இளவரசன் சாக வேண்டும். ஆனால் நாம் கொன்றதாகத் தெரியக்கூடாது-கொலை செய்யப்பட்டதாகவே செய்தி வருதல் கூடாது. இயற்கையாக இறந்தான் என்று நாடும், நாடாளும் மன்னனும் நம்ப வேண்டும். அதற்கு வழி சொல்லுகிறேன்!"

"சொல்லும் மைத்துனரே சீக்கிரம்!"

"இன்னொன்று கொடு, சொல்லுகிறேன்!"

"இதோ! ஒன்றென்ன: ஒன்பது!"

"ஆகாகா! சுழல்! சொக்கி விட்டேன் - சொக்கி விட்டேன் - முத்த போதையிலே மூளை வேலை நிறுத்தம் செய்து விட்டது. நாளை விடியற்காலை திட்டத்தோடு வந்து உன்னை சந்திக்கிறேன்!"

"வேந்தர் பள்ளியறையை விட்டுப் போன பிறகு வாரும்!"

"அவர் இருக்கும்போது வர எனக்குப் பைத்தியமா?"

"சரி! திட்டம் நேர்த்தியாக இருக்க வேண்டும்!"

"உன்னைப் போல!"

"இல்லை; நம் உண்மைக் காதலைப் போல!"

"கைகாரியடி சுழற்கண்ணி நீ! கட்டிலறையிலே அரசனிடம் கூட இப்படித்தானே கதையளப்பாய்!"

"எனக்கு இரண்டு இருக்கிறது அத்தான், இருதயம்! ஒன்றில் உமது ஆசை! மற்றொன்றில் சுந்தரபுரியின் சிம்மாசனத்தைப் பற்றிய கனவு! இரண்டாவது இருதயத்தால்தான் அரசனைப் புகழ்கிறேன் - ஆராதிக்கிறேன் - ஆனந்தம் பொழிகிறேன்!"

"சுழல்! நேரமாகிறது, வருகிறேன் அதோ அரசர் வருவதுபோல் தெரிகிறது!"

"விடியற்காலை! திட்டம் - மறந்துவிடாதீர்!"

"விருந்து! அதையும் நீ மறந்துவிடாதே!"

சுழற்கண்ணி, அவன் பேச்சை ஆமோதிப்பது போல தலையசைத்துக்கொண்டு புன்னகை சிந்தினாள். தீட்சண்யனோ அந்த சிரிப்பை ரசித்தவாறு அந்த இடத்திலிருந்து நகர்ந்தான். தடித்த உதடுகளை அழுத்தமான நாவினால் தடவியபடி ஏதோ ஒரு இன்பச் சுவையை அனுபவித்தவாறு அந்த முரடன் சுழற்கண்ணியின் பார் வையிலிருந்து மறைவதற்கும் - 'சுந்தரீ!' என்றவாறு சுவைக் காவியம் படிப்பதற்கு அரசன் வருவதற்கும் சரியாக இருந்தது.

மன்னன் வந்தான். தீட்சண்யனிடத்திலே அவள் கூறியவை அனைத்தும் உண்மையே என்பதை நிரூபிப் பது போல் அவள் மடியில் சாய்ந்தான்-பிடியில் சிக்கினான்.

சுழற்கண்ணி சுந்தரபுரி மன்னனின் இளையராணி. அவளுக்கு மைத்துனன் தீட்சண்யன். தூரத்து உறவு. அரண்மனையிலே அவனுக்கு மெய்காப்பாளன் வேலை. அரசனது மெய்காக்கவும் -- ஓய்வு கிடைத்து, நேரம் வாய்க்கும்போது சுழற்கண்ணியின் மெய் தழுவிக் கிடக்கவும்-ஆகிய இரண்டு வேலைகளும் மாறிமாறி வந்து கொண்டிருந்தன அவனுக்கு! கனிரசம் பருக கசக்குமா? அதிலும் அவன் கரடித் திருமேனியன்! தேன்கூடு போல சுழற்கண்ணி, வலிய வலிய வருகிறாள், கொம்பு வளைந்து தேனைக் கொட்டி கரடிக்குப் பசி தீர்ப்பது போல கற்பனை கூடச் செய்ய முடியாது. சுந்தரபுரி அரண்மனை யிலோ இது நித்ய நிகழ்ச்சியாக இருந்தது. கடாராங் கல்லை யொத்தக் கரடுமுரடான அவனது மார்பகத்தில் பச்சைக் கிளி போன்றவள் தொத்திக் கிடந்தாள்.

அவனோ, "என் இச்சைக்கினியவளே! இனிப்பு தரும் இன்னமுதே!" எனப் பாழ்த்தகுரலெடுத்து பாடிக்கொண்டிருந்தான். திரை மறைவில் நடக்கும் இந்த அவமானகரமான அநியாயத்தின் அடையாளமும் தெரியாமல் அரசருக்கரசன் அவளை நோக்கி, "உத்தமியே! உயர்ந்தவளே!

உல்லாசி; ஊர்வசி!" எனப் புகழாரம் தொடுத்துக் கொண்டிருந்தான்.

சுந்தரபுரி சாம்ராஜ்யத்தை சுடுகாடாக்க வந்த "வசந்த சேனை'' சுழற்கண்ணியின் உருவத்திலே உலவுகிறாள் என்பது அந்த ராஜ ரசிகனுக்கு புரியாமல்தான் போய்விட்டது.

அரசனின் அந்தப்புர மயிலாக - ஆலோசனை வழங் கும் அமைச்சாக-களம்புகு நேரத்தில் பின்தொடரும் மறத்தியாக - சுந்தரபுரி மக்களின் சுகத்தைக் கவனிக்கும் பாசமுள்ள தாயாக - அந்த மாளிகையிலே சுடர்விட்டுக் கொண்டிருந்த மாணிக்கமாம் கோப்பெருந்தேவியாரைக் கொந்தளிக்கும் கடலாக மாற்ற வந்துசேர்ந்தது கொடு மையான புயல், சுழற்கண்ணி என்ற பெயரில் !

மன்னனுக்கு ராணியாக இருந்ததேவி, இன்பசாகரனுக்குத் தாயாகவும் மாறிய நேரந்தான, சுழற்கண்ணியின் படையெடுப்புக்கு ஏற்ற நேரமாகிவிட்டது. முற்றுகை யிட்டாள் முடிசூடியை! உடனே வெள்ளைக் கொடியைப் பறக்கவிட்டான் வேந்தன்; ஆயிரந்தேர் - ஐயாயிரம் காலாள் - ஆனைப்படை -புரவிச்சேனை அத்தனையும் தாக்கினாலும் அசைக்க முடியாது அவன் அரண்மனைக் கோட்டைச் சுவரை!

அவளோ, ஒரு விழி வீச்சில், அவ னது மனக் கோட்டையைச் சுக்குநூறாக்கி, நொறுங்கிப் போன ஒவ்வொரு அணுவிலும் நின்றுகொண்டு வெறி யூட்டும் நர்த்தனம் புரிந்தாள்.

தேவி - இன்பசாகரனோடு, தாய்க்குலத்தின் பெருமையைத் தரணிக்கு அறிவித்துக் கொண்டிருந்தாள்.

தேவனே 'திராட்சையினும் இனியதடி இந்த ரசம்' என இதழ் பருகிக்கொண்டு கிடந்தான் இளையவ ளோடு! அதுவும் அவனுக்குப் புதியவளோடு!

கதிர் மறைந்த உலகிற்கு இருள் நீக்கும் நிலவு போல, கோப்பெருந்தேவியின் கவலை படிந்த வாழ்விற்கு வாட்டம் தவிர்க்கும் வைரமாக இன்பசாகரன் திகழ்ந் தான்.

பலகணியின் வழியாகத் தூரத்திலிருக்கும் பூரணச் சந்திரனைப் பார்த்து ரசிப்பதிலே ஒரு மகிழ்ச்சி இல்லையா? அதுபோலவே அரசனை அருகிலே வைத்து அன்பு காட்ட முடியா விட்டாலும் தொலைவிலேயிருந்து அவனைத் தொழுது கொண்டிருந்தாள் கோப்பெருந்தேவி.

பலகணிப் பார்வையாளர் மீது-நிலவு, ஒளி மழையையாவது பெய்கிறது; அதுவும் கிடைக்க வில்லை அந்த "அபாக்கியவதி"க்கு !

இன்பசாகரன் மட்டுமே அவளுக்கு ஆறுதல் பொருளானான். அந்தப் பொருளையும் பூமியிலே புதைத்து விடத் துடித்துக் கொண்டிருந்தாள் சுழற்கண்ணி. அதற்கான திட்டத்தையும் தீட்சண்யன் தயாரித்து விட்டான்.

"இந்த சதியில் ஜெயம் நமக்கே!" என்று ஒருவரை யொருவர் தழுவியபடி உரக்கக் கூவி மகிழ்ந்தனர் ஊர் கெடுக்க வந்த ஜாலக்காரர்கள்.

திட்டத்தின் முதற்கட்டம் மிகத் தீவிரமாக அமுலுக்குக் கொண்டு வரப் பட்டது.

திடீரென சுழற்கண்ணி இளவரசன் இன்பசாகரன் மீது அன்பு மழை பொழிய ஆரம்பித்தாள். "அக்காளுக்கும் என்னைப் போலத்தானே ஆசையிருக்கும்—அவளோடும் பேசி மகிழ்ந்து, கூடிக் குலவியிருப்பதுதானே தங்களைப் போன்ற தர்மம் தவறாதவர்களுக்குத் தகுதியான காரியம்!'' என்று உபதேசம் செய்ய ஆரம்பித் தாள் மன்னனிடம்!

"தேவீ! நான் எப்படியோ- விதியின் மாயையால் உங்கள் வாழ்வில் குறுக்கிட்டு விட்டேன். என்னை மன்னித்து விடுங்கள்! இனி நான் எங்கு போவேன்; தங்கள் தங்கையாக என்னைக் கருதி எனக்கு வாழ்வளியுங்கள்!" என்று கோப்பெருந்தேவிபின் பாதங்களில் கண்ணீரைச் சொரிந்தாள்.

மன்னன் - மகாராணி-இளவரசன் அனைவருமே அவளது மாய்மாலத்தில் மயங்கினர்.

"அரண்மனையில் புதிய இன்பம்! சந்தோஷமான திருப்பம்! அரசரும் அரசியும் ஒற்றுமைப் பட்டுவிட்டனர். சுழற்கண்ணி, தன் தவறுகளை உணர்ந்து திருந்தி விட்டாள். அப்பப்பா; இளையராணி இப்போது இன்ப சாகரனை எப்படி கவனிக்கிறாள் தெரியுமா? பெற்ற தாய் கூட இவ்வளவு அன்பு காட்ட முடியாது!" என்று சுந்தரபுரி முழுதும் குரல் கிளம்பியது.

இளவரசன், இப்பொதெல்லாம் தாயிடம்கூட அவ்வளவு அதிகமாகத் தங்குவதில்லை. இளையராணியின் மாளிகையிலேயே விளையாடிக் கிடக்கிறான். அவள் கையால்தான் அவனுக்கு உணவு தரவேண்டும். அவள் சொன்னால்தான் எதையும் கேட்பான். இது கண்டு அரண்மனையே அதிசயித்தது. அரசரும் சுழற்கண்ணியின் மீது புதிய பாசம் கொண்டார். அரசியும், அவளைத் தன் அருமைத்

தங்கை போல நடத்தினாள். தங்கையின் நெஞ்சிலே புகையும் நெருப்பை அவள் எங்கே கண்டாள்!

ஒரு நாள் சுழற்கண்ணியின் மாளிகையில் இன்ப சாகரன் குழல் வாத்தியக் கருவியுடன் நுழைந்தான். தெரியாதவள் போல அவள், "இது ஏது இந்தக் குழல் வாத்தியம்?" என்று கேட்டு வைத்தாள்.

"தீட்சண்யன் கொடுத்தானம்மா!" என்று கூறிய அதை ஊதிக் கொண்டு கூத்தாடினான் இன்ப சாகரன்,

சதித்திட்டம் இரண்டாவது கட்டத்தை அடைந்து விட்டது. இனி ஆரம்பிக்க வேண்டியதுதான் நமது வேலையை என்ற முடிவோடு, அவள் அவனைத் தழுவியெடுத்துத் தன் மஞ்சத்தின் பக்கம் உட்கார வைத்து முத்தங்களால் அவன் முகத்தை சிவக்க வைத்தாள்.

தின்பதற்காக ரோஜாப் பூவைப் பறிப்பவர்கள் அதன் மென்மையையும் வண்ணத்தையும் வியந்து கொண்டா இருப்பார்கள்! இதழ்களைக் கிள்ளி வாயிலே போட்டுக் கொண்டே கடைசியில் அந்தக் காம்பை எறிந்து விடுவார்கள்!

அப்படித்தானிருந்தது, அவள் அந்த மலரொத்த இளைய மன்னனை எடுத்து முத்தமிட்டதும், அருகே உட்காரவைத்துக் கொண்டதும்!

"கண்மணி! உனக்கு ஒரு அருமையான பண் கற்றுத் தருகிறேன். அதை இந்தக் குழலில் நீ ஊதினால் பிரமாதமாக இருக்கும்!" என்று பேச்சை ஆரம்பித்தாள், வயதில் இளமையும், வஞ்சகத்தில் முதுமையுங் கொண்ட அந்த வடிவழகி.

"கற்றுக் கொடம்மா!" என்று குழலை அவளிடம் கொடுத்தான் இளவல்.

அவளும் குழல் மூலம் பண் எழுப்பினாள்."இனிமை! இனிமை!!' எனப் பாராட்டினர் தோழியர்.

அந்தப் பண் பாலகனின் மனதையும் கொள்ளை கொண்டது. தானும் அதைக்கற்றுக் கொள்ள வேண்டுமென்கிற ஆர்வம் இளம் நெஞ்சில் கொழுந்துவிட்டது.

"எப்படியாவது னக்கு இந்தப் பண்ணைக் கற்றுக் கொடம்மா!" எனப் பிடிவாதம் செய்தான்.

அவளும் அந்த வேண்டுகோளைத்தானே அந்தப் பிஞ்சு மனதிலேயிருந்து எதிர்பார்க்கிறாள்.

இரண்டு நாள் சிரமம் எடுத்துக்கொண்டாள். இளவரசன் பண், பாடமாகி விட்டது!

"அருமை தம்பி அருமை! நான் வாசித்ததைவிட நீ வாசிக்கும்போது, பண்ணிலே மழலையின் இனிமை மறைந்திருந்து பெருமையை அதிகமாக்குகிறது. ஆகா! இந்த கீதத்தை அரண்மனை நந்தவனத்திலே உட்கார்ந்து வாசித்தால் மயில்கள் எல்லாம் தானே வந்து எதிரே நின்று ஆடும்!" என்று சாகசப் பேச்சை தாய்க் குரலிலே கலந்து தந்தாள் சுழற்கண்ணி!

"இதோ இப்போதே போய் தோட்டத்தில் வாசிக்கிறேன். தோகை மயில்கள் ஆடுகின்றனவா என்று பார்க்கிறேன்" எனக் குழலுடன் ஓட்டம் பிடித்தான் இளவரசன்.

சுழலியின் கண்கள் அகல விரிந்தன. அவள் முகத் தில் புதிய தேஜஸ் காணப்பட்டது. 'வெற்றி!-வெற்றி!!' எனத் தனக்குள் முணுமுணுத்துக் மகிழ்ச்சியோடு கொண்டாள்.

அரண்மனைத் தோட்டம்- அடுக்கு மல்லிகைப் புதரின் ஓரம் - அழகே உருவெடுத்த அரசிளங்குமரன் ஆரம்பித்து விட்டான் குழல் வாத்தியத்தை! இளையவள் கற்றுத் தந்த பண்ணை மாறி மாறி ஊதினான். பாவம்; அவனுக்கென்ன தெரியும்; அவள் கற்றுத்தந்த கீதம் பாம்புகளை அருகே வரவழைக்கும் கீதமென்று!

பண்ணை அவனுக்குப் பாடமாக்க வேண்டும். அவன் அதை ஊதிக் கொண்டிருக்கும்போது தோட்டத்தில் தொலைவிலே விஷப் பாம்பை விட்டுவிடவேண்டும். குழலோசை கேட்டு பாம்பு அவனருகே வந்து படமெடுத்து ஆடும். பண்ணை அவன் நிறுத்தினால், உடனே பாம்பு அவன் மீது சீறிப் பாய்ந்துவிடும்.

இப்படி யொரு திட்டத்தை தீட்சண்யன் தீட்டித் தந்து, அதற்கு வெகுமதியாக அவளிடம் பெற வேண்டியதைப் பெற்று, அவளும் இளவரசனை அரண்மனைத் தோட்டத்திற்கு அனுப்பி விட்டாள். இன்பசாகரனின் குழலோசை குளிர்ச்சியை மொண்டு மொண்டு ஊற்றியது! ஆனந்தத் தென்றல் வந்து ஆரத் தழுவுவது போன்ற உணர்ச்சியைத் தந்தது!

மகுடியிலும் இல்லாத மயக்க உணர்வை அந்தக் குழலிலேயிருந்து புறப்பட்ட பண் கிளப்பியது.

\

நேரம் பார்த்துக் கொண்டிருந்த கோர மனிதன் தீட்சண்யன், தான் பிடித்து வைத்திருந்த பாம்பை இளவர னுக்கு அருகேயுள்ள புதரின் பக்கமாக கீழே விட்டான். நோக்கி

நகர்ந்தது. விடுபட்ட பாம்பு, குழலோசை தன்னை நோக்கி ஆபத்து ஊர்ந்து வருகிறது எனபதை அறியாத அந்த அழகுப் பிறை நிலவு, சின்னம்மா கற்றுத் தந்த பண்ணை விடாமல் ஊதிக் கொண்டே இருந்தது.

இன்னும் சிறிது நாழிகையில் மயில்கள் எல்லாம் வந்து தன் முன்னே ஆடப் போகின்றன என்ற நினைவோடு, இன்னும்-இன்னும் அதிக உற்சாகத்தோடு குழல் ஒலி புறப்பட்டது!

நகர்ந்து வந்த நாகம், படமெடுத்தபடி பாலகனின் எதிரே மயங்கி நின்றது. அதைப் பார்க்காத இளவரசன் சூழலூதும் கவனத்தில் கண்களை மூடிக் கொண்டு உட்கார்ந்திருந்தான்.

கண்களை மூடிக் கொண்டே குழல் ஊதுவது-திடீரெனத் திறந்து பார்த்தால் எதிரே மயில்கள் ஆடும்- அதைப்பார்த்து மகிழ்வது !-இப்படி ஒரு இன்பக் கனவோடு அவன் இசை முழக்கம் செய்து கொண்டிரும் தான்.

அவன் என்ன கண்டான்; எதிரே உயிர்வாங்கும் பாம்பு பல்லிலே விஷம் தேக்கியபடி ஆடிக் கொண்டிருக்கிறது என்பதை !

மயங்கி நிற்கிறது நாகம் மயக்கம் தெளிந்தால் இளவரசன் அதற்கு இரையாவான் !

இசை நின்றால், உடனே பாம்பின் மயக்கமும் தெளிந்துவிடும்!

என்ன நடக்கப் போகிறது என்பதை உப்பரிகையி லிருந்தபடியே இளையவள் பார்த்துக் கொண்டிருந்தாள்.

புதரின் மறைவில் இருந்தபடியே தீட்சண்யன் புன்னகை சிந்திக் கொண்டிருந்தான்.

அந்தக் கொடுமையைக் காண்பதற்குக் கோப் பெருந்தேவியும் அங்கு வந்து சேர்ந்தாள். கீதம் அவளைக் கவர்ந்தது. எங்கிருந்து வருகிறது என கவனித்தாள். இன்பநாதம் எழுப்புவது தன் மகன் எனக் கண்டாள். மகிழ்ந்தாள். அடுத்த கணம் மகிழ்ச்சி மறைந்தது. சுந்தர புரியின் எதிர்கால மன்னன்- அவனெதிரே சாவின் நர்த்தனம்!

வயிற்றிலே கிடந்த வைடூரியம்! அதை விஷத் தால் குளிப்பாட்டி வேகவைக்க எதிரே மரணத்தின் மயக்கம் நிறைந்த சதிராட்டம் !

"அய்யய்யோ-என்ன செய்வேன்" என நிமிர்ந் தாள். இளையவள்-தீட்சண்யன் இருவரும் இருப்பதை உணர்ந்தாள். அதைப் பார்க்காதவள்போல் பாலகன் பின்னே வந்தாள். அவளுக்குப புரிந்து விட்டது, சதி பற்றிய விளக்கம். குழலோசை நின்றால், தன் குமரனை பாம்பு தீண்டி விடும் என்பதையும் தெரிந்து கொண்டாள். அவளது தாய் உள்ளம் தணலிலிட்ட புழுவாயிற்று.

எந்தத் தாய்க்குத்தான் சகிக்கும்! தான் பெற்ற தங்க விக்ரகத்தின் மேனியெங்கும் நீலம் பாய்ந்து, அலங்கோலமாக விழப்போவதை எந்த அன்னை தான் தாங்கிக் கொள்ள முடியும்!

"இன்பசாகரா" என்று சப்தம் போட்டால் அவன் திடீரெனக் குழல் வாசிப்பதை நிறுத்தி விடுவான்- உடனே நாகம் தன் வேலையை முடித்துவிடும். என் செய்வாள் தாய்! கத்தினாள். எப்படி? "இன்ப சாகரா! ...வாத்யத்தை நிறுத்தாதே! நிறுத்தாதே! ஊதிக் கொண்டேயிரு!" என்று அலறினாள்.

தாயின் குரல் அந்த இளவலின் காதிலே ஒலித்தது. கண்ணைத் திறந்தான். எதிரே பாம்பு - நடுக்கம் தாங்க முடியவில்லை. எழ முடியாதபடி ஆகி விட்டான்.

தொடர்ந்து சப்தமிட்டுக் கொண்டே யிருந்தாள் “நிறுத்தாதே! ஊது! ஊது!!" என்று!

அவனும் ஊதிக் கொண்டேயிருந்தான், ஏன் எதற்கு என்று புரியாத நிலைமையில்!

"ஊது! ஊது!!" என்று கூறிக் கொண்டே தாய் அவனருகே வந்து கொண்டிருந்தாள்.

குழலோசை உச்சக் கட்டத்தை அடைந்தது. நாகமும் இன்னும் மேலே உயர்ந்து படந்தூக்கி ஆடியது. "நிறுத்தாதே! ஊது! ஊது'-தொடர்ந்தது அலறல்! அதையொட்டி “ஆ!" என்ற சப்தம்!

ஆம்; கோப்பெருந்தேவி; தடாரென்று அந்தப் பாம்பின் முன்னே விழுந்தாள்.

படமெடுத்திருந்த பாம்பு அவள் மீது பாய்ந்தது- அவள் உடலிலே விஷம் பரவியது. இனியென்ன-

பாம்பு ஓடியது. ஓடுகிற பாம்பை வாளால் வீசிக் கொன்றுவிட்டு அங்கு ஓடிவந்து விழுந்தான் மன்னவன்.

"பிரபு! பிரபு!’’

கோப்பெருந்தேவி அழுதாள்.

"செல்வத்தை ஜாக்கிரதையாகப் பார்த்துக் கொள் ளுங்கள்!" என்று இன்பசாகரனை இழுத்து அரசனின் கையிலே ஒப்புவித்தாள்.

"அம்மா !" என ஓலமிட்டான் இளவரசன்.

தாய்மை தன் கடமையைச்செய்து விட்டு, கடையை மூடிக்கொண்டது.

அரசன் இளையராணியையும் தீட்சண்யனையும் வெறித்துப் பார்த்தான். அவர்கள் அங்கிருந்து ஓட்டம் பிடித்துக் கொண்டிருந்தனர்.

"விடாதீர்கள், அவர்களை!" என்று கத்தினான்.

"அய்யோ! ஒரு விநாடி தவறி விட்டது-இல்லையேல் நாகத்தை வாளால் நறுக்கி விட்டு, மனைவி மகன் இருவரையுமே காப்பாற்றி யிருப்பேன்!" என அங்கலாய்த்துக் கொண்டான் அரசன்.

என் செய்வது? தாய்மையின் மதிப்பு தரணிக்குத் தெரிய வேண்டுமே- அதனால்தான் போலும் அவன் சிறிது தாமதமாக அங்கு வர நேர்ந்தது!

ஆட்டக் காவடி

ஆட்டக் காவடி என்றால் பக்திக் காவடி அல்ல! பக்திக்காவடி எடுத்து பிரார்த்தனை செலுத்துகிறார்களே ; அவர்களுக்கு முன்னே நடைபெறுகின்ற காவடி ஆட்டக் கச்சேரி- அவ்வளவுதான்! ஆட்டக் காவடி எடுத்து ஆடுகிறவர்கள் பலபேர் ஏழெட்டு குடுக்கை மதுவை உள்ளே செலுத்தியபடி ஆடிக்கொண்டே யிருப்பார்கள். பக்திக் காவடி எடுப்பவர்கள் மட்டும் ஒழுங்கோ என்று கேட்கிறாயா? அவர்கள்தான் மதுவைவிட பயங்கரமான பக்திப் போதையில் இருக்கிறார்களே; அதனால் நான் சொல்வதைக் கேள் கனிமொழி! நான் நடத்தப் போகும் ஆட்டக் காவடி கச்சேரி, பக்தியின் பாற்பட்ட தல்ல என்பதைத் தெளிவாகப் புரிந்து கொள்! கழுத் திலே காவடியிருக்கும் அவ்வளவுதான்- கருத்திலேயும் ஆண்டவனின் சேவடியிருக்கும் என்று நினைத்துவிடாதே! அந்த மூடநம்பிக்கை போதை - என் எதிரே அலகு குத் திக்கொண்டு பால் சொம்பு கட்டிய காவடியை சுமந்து வருவார்களே; அந்தப் பக்தர்களிடத்திலேதான் இருக் கும். என் காவடியில் 'பாவலா' இருக்குமே தவிர பால் இருக்காது! ஆட்டக்கலை இருக்கும் - அறிவுக் கொலை இருக்காது! மயில் தோகை, காவடியின் முன்னே இருக் கும் - மங்கை உன் நினைவுதான் மனதில் இருக்குமே தவிர மயிலேறும் முருகனைப் பற்றிய மடமைக் கனவு இருக்காது! - உத்திரவு கொடு என் தங்கமே! நூறு ரூபாய் தருவதாகச் சொல்லுகிறார்கள் நாளெல்லாம் பாடுபட்டாலும் நாலைந்து மாதம் சேர்ந்தாற்போல் உழைத்தாலும் முழுசாகக் காண முடியாத பணம்! நூறு ரூபாய்! பழனிக்குப் போய் அங்கே ஆடினால், புதிய கிராக்கிகள் கிடைத்தாலும் கிடைக்கலாம், உத்தேசமாக இரண்டு மூன்று கிராக்கி கிடைத்தால் போதும் முன்னூறு ரூபாயாவது மிச்சபபடுத்திக்கொண்டு வருவேன். அனுமதி கொடு கனிமொழி! நாளைக் காலை யிலே புறப்பட வேண்டும்

பிரார்த்தனைக்காரர்கள் பெரிய பணக்காரர்கள். அவர்களிடத்திலே வாக்களித்து விட்டு வந்துவிட்டேன், நிச்சயம் வருவதாக! தடை சொல்லாதே தங்கம்

-அவர்களை ஏமாற்றிவிடால்,

அவர்களுக்கு வேறு ஆட்டக் காவடிக்காரன் கிடைக்க மாட்டான். சாகிறவரையில் என்னைச் சபித்துக் கொண் டேயிருப்பார்கள்! -சரி என்று சொல்லு!- எங்கே?... என்னைப் பார்! சரியென்று சொல்லமாட்டாய்?..."

கனிமொழியின் முகத்தை ஆவலோடு நோக்கிய வாறு கெஞ்சுத் தோரணையில் கந்தன் பேசிக்கொண்டே யிருந்தான். கனிமொழியின் கண்கள் கலங்கியிருந்தன. அவள் அவனைப் பார்த்தாள் அனுதாபத்தோடு!

"பண ஆசைதானே உங்களை இப்படியெல்லாம் பேசச் செய்கிறது! உடலிலே வலுவிருக்கிறது- உழைக்கக் கை கால்கள் இருக்கின்றன. கடவுள் சன்னிதானத்திற்குக் காவடி எடுப்பவர்களுக்குக் காவடி ஆடி, நூறு ரூபாய் சம்பாதிப்பதைவிட, கைத்தறி வேலையிலே கிடைக்கிற பத்து ரூபாய், இருபது ரூபாய் எவ்வளவோ உயர்ந்தது அத்தான்! வேண்டாம் நான் சொல்வதைக் கேளுங்கள் -- பக்கத்து வீட்டுக்காரர்கள் பரிகாசம் செய்வார்கள்! "சாமி இல்லை பூதம் இல்லை என்று சொல்லி திருக்குறள் திருமணம் செய்து கொண்டான். அவன் இப்போது ஆட்டக் காவடி எடுத்து ஆடப்போகிறானாம்" என்று ஊரார் கை கொட்டிச் சிரிப்பார்கள் அத்தான்!" என அழுதாள் கனிமொழி.

“ஆட்டக்காவடி என்றால் அர்த்தம் தெரியாதவர்கள்தான் சிரிப்பார்கள்!- இது ஒரு நடனம் போலத் தான்"

"நடனம் என்றால் அந்த ஆட்டக் காவடி நடனத்தை ஒரு மேடையில் ஆடிக் காட்டுங்கள்! பழனிக்கு காவடி தூக்கும் பக்தர்களுக்கு முன்னால் தானா ஆடவேண்டும்?"

"பணம் வருகிறதே-பணம்!"

"மானம் போகிறதே--மானம்!"

"கனிமொழி! உனக்கு எத்தனை தடவை சொல்லி விட்டேன்; நான் ஆடுவது ஆட்டக் காவடி- அவர்கள் தூக்குவது பக்திக் காவடி யென்று!"

"அவர்கள் தனியாக ஆடட்டும் பக்திக் காவடி! நீங்கள் வேறொரு நாளைக்கு ஆட்டக் காவடி ஆடுங்கள்! உங்கள் கலைத்திறமையைக் காட்டுங்கள்-யார் வேண்டாமென்றது? இரண்டும் ஒரே நேரத்தில் வேண்டாம் - இழிவும் பழியும் வந்து சேரும்! உங்கள் ஆட்டக் காவடித் திறமையைக்காட்ட நானே ஏற்பாடு செய்கிறேன் ஒரு நாள்-ஊர் மக்களைக் கூட்டுவோம்- அவர்கள் எதிரே உங்கள் கலைத்திறமையைப் பொழியுங்கள் -அதைக் கண்டு களிக்கிறேன் நான் - அதைவிட்டு காசுக்காக, மாசு ஏற்படுத்திக் கொள்ளவேண்டாம்."

"பைத்தியக்காரி! நூறு ரூபாய் சாமான்யமா?"

"எதற்கு நூறு ரூபாய் இப்போது? - நானென்ன உங்களை ஜரிகைப் புடவையும், தங்க நகையும் கேட்டுத் துன்புறுத்திக் கொண்டா இருக்கிறேன்-குடிக்கக் கஞ்சி போதும் - குடியிருக்க உங்கள் நெஞ்சு போதும் எனக்கு!"

"கனிமொழி!...நீ என்ன சொன்னாலும் சரி, நாளைக்கு நான் பழனிக்குப் போய்த்தான் தீருவேன்- முடிவை மாற்றவே முடியாது!'"

என்று வேகமாக எழுந்தான் கந்தன். அவன் கை யைப் பிடித்து கனிமொழி நிறுத்தியபடி,

"நன்றாக யோசித்துப் பாருங்கள். ஊர் கேலி செய்யும் - உங்களையே வட்டமிட்டுக் கொண்டிருக்கும் உயிர்த் தோழர்கள் எல்லாம் ஊரார் முகத்தில் விழிக்க முடியாதபடி அவமானத்தால் தலையைக் குனிந்து நடக்க நேரிடும் - நண்பர்களை உத்தேசித்தாவது இந்த முடிவை மாற்றிக் கொள்ளுங்கள்!"

"சரி! ஒரே முறை! அனுமதி கொடுத்துவிடு!- இனிமேல் போகவில்லை!"

"ஒரே முறை விஷம் சாப்பிட அனுமதி கொடுக்க முடியுமா?"

"கனிமொழி குற்றம் செய்கிறோம் என்பது தெரிகிறது - தெரிந்தாலும் சில நேரங்களில் செய்துதான் தீரவேண்டி யிருக்கிறது!"

"முன்னொரு காலத்தில் ஆட்டக்காவடி நிபுணரா யிருந்தீர்களே; அதையே தொடர்ந்து நடத்திக் கொண் டிருந்தால்-பழனிக்கு மட்டுமல்ல; திருச்செந்தூர், திருத்தணி எட்டுக்குடி கதிர்காமம் வரையிலேகூட செல்லலாம் - இடையிலே பகுத்தறிவு புரியிலே நுழைந்து விட்டோம் அத்தான்-அதைச் சற்று எண்ணிப் பாருங்கள்! தெரிந்த குற்றத்தைப் பிறகு செய்ய மாட்டீர்கள்.

கந்தன் அசைவற்று நின்று கொண்டே யிருந்தான். கனிமொழியின் கண்கள் அவனையே நோக்கியபடியிருந் தன. அவளது எண்ணங்களொ கடந்த கால ஏடுகளைத் தொட்டுப் பார்த்துக் கொண்டிருந்தன.

கனி மொழி, நெசவாளி வீட்டிலே உதயமான நீல நிலவு: அவள் தந்தை நெல்லையப்பர் பழுத்த பகுத்தறிவுவாதி, ஒரே மகளை செல்லமாக மட்டுமின்றி, சிந்தனைத் தோட்டமாகவும் வளர்த்து வந்தார். பட்டிக் காட்டு நடையுடை பாவனைகளோடு பகுத்தறிவுப் பெட்ட கமாகவும் விளங்கிடும் முதல் பெண்மணி கனிமொழி யாகத்தான் இருக்கவேண்டு மென்று நெல்லையப்பர் பெருமையோடு கூறிக் கொள்வார். கனிமொழி குழந்தை முதலே பகுத்தறிவுப் பாடசாலையின் மாணவி யாக மாறிவிட்டாள். தீபாவளி! தெருவெல்லாம் ரகளைப்படும் - வர்ண மத்தாப்புக்கள் வானவில்லை யொத்த நிறங் காட்டும் வாண வகைகள் அவைகளை யெல்லாம் திரும்பிக் கூடப் பார்க்க மாட்டாள். அப்பா வாங்கித் தந்த "தீபாவளி கொண்டாடாதே!" என்ற புத்தகத்தை வாசலில் உட்கார்ந்து கொண்டு உரக்கப் படிப்பாள். தெருப் பிள்ளைகள் கொளுத்தும், சீன வெடிகளோடு போட்டி போடும் இந்த சிங்கார சிட்டெழுப்பும் சிந்தனை முழக்கம்!

சோமவார விரதம் மாரி காளி பண்டிகை- திரௌபதியம்மன் தீமிதி உற்சவம் - இப்படியெல்லாம் மனதைக் கவரும் திருவிழாக்கள் வரும்-போகும் - கனிமொழியோ, அந்தக் குக்கிராமத்தில் இருந்தபடியே - குவலயத்துப் புதுமைகளைப் பற்றி எண்ணிப் பெருமூச்சு விட்டுக் கொண்டிருப்பாள். கனிமொழி -கனி மரமானாள். அந்தக் கன்னியைத் தனியே விட்டுவிட்டு தந்தை காலமானார். தாயற்ற அவள் இப்போது அனாதைப் பட்டத்துக் குரியவளானாள். அவளது வாழ்க்கை எப்படியெப் படித் திரும்பப் போகிறதோ என்பது பற்றி ஊரார் ஆருடம் கணித்துக் கொண்டிருந்தனர். அந்தச் சமயத்தில் தான்

அவள் வீட்டு வாசலிலே பம்பை, மேள வாத்திய ஒலி கேட்டது.

எப்போதும் இதுபோன்ற நிகழ்ச்சிகளை அலட்சியம் செய்துவிடும் அவள் அன்றைக்கு ஏனோ தெருப்பக்கம் திரும்பிப் பார்த்தாள். பார்த்தவள் கண்களைத் திரும்ப எடுக்க முடியாமல் திணறிப் போனாள். ஆட்டக் காவடி ஆட்டம்! அதிரூப சுந்தரன் ஒருவன்-அழகும் இளமையும் தேங்கிய உருவினன் - குன்றனைய தனது நெடுந் தோளில் ஆட்டக் காவடியை சுமந்திருந்தான்.

எழுச்சியூட்டும் பம்பை முழக்கம்-அதற்கேற்றாற் போல அவன் ஆடும் துடிப்பு நிறைந்த ஆட்டம்-"ஆகா- அழகான வாலிபன்- அற்புதமான கலை!" என்று தனக்குள்ளேயே யாரோ பேசியது போலிருந்தது அவளுக்கு! கண்களை சிறிது திருப்பினாள்-திடுக்கிட்டாள்-அந்த ஊர் மிராசுதார் மிருகண்டு முதலியார். அவரது தர்மபத்தினி, பட்டணத்துக் கல்லூரியில் படிக்கும் அவரது மகன்- மூவரும் நெற்றியிலே அலகுகளைக் குத்திக் கொண்டு, பக்திப் பூர்வமான பாற் காவடிகளை சுமந்தபடி நின்றார் கள். இப்போது கனிமொழிக்கு ஆட்டக் காவடிக் கலையும் வெறுத்துவிட்டது.

அடப் பாவிகளே - அருமையான கலை- இதை விழலுக் கிரைக்கும் நீராக்குகிறார்களே சந்தனத்தை சாக்கடை நீரில் குழைத்துத் தருகிறார்களே-பாலோடு விஷம் கலந்தாலும் - விஷத்தோடு பால் கலந்தாலும் இரண்டும் ஒன்றுதானே- என்றெல்லாம் எண்ணியபடி வாயிற்படியில் வியப்பும் நின்று விசாரத்தோடும் கொண்டிருந்தாள். மிராசுதார் மிருகண்டுவின் பார்வை மட்டும் கனிமொழியின் பக்கம் திரும்ப ஆரம்பித்தது. தோளிலே காவடி! மனதிலே கனிமொழி மந்திரம்!

அத்துணை பக்திப் பூர்வமாக நின்று கொண்டிருந்தார் பண்ணை!

"ஊரதிர ஆடுகிறானே; காவடி ஆட்டம்-அவன் தான் கந்தன்" என்று அடுத்த வீட்டுக்காரி கனிமொழியிடம் கூறினாள். குழப்பம் உந்தித் தள்ள கனிமொழி வீட்டுக்குள்ளே போய்விட்டாள்.

மிருகண்டு முதலியாரும் காவடியுடன் நகர்ந்தார், கனிமொழியின் வீட்டுக் கதவைப் பார்த்தபடி!

பம்பை ஒலிகள் சிறிது சிறிதாகத் தேய்ந்து மறைந்தன. கனிமொழியின் இருதயத்திலே மட்டும் எங்கேயோ ஒரு மூலையில் ஏதோ ஒரு ஒலி ஈனஸ்தாயியில் ஒலித்துக் கொண்டிருந்தது.

ஒரு நாள் இரவு கதவு தட்டும் சப்தம் கேட்டு, கனி மொழி திறந்தாள். மிராசுதார் மிருகண்டு முதலியார் மளமளவென்று வீட்டுக்குள்ளே நுழைந்தார். கதவை அவரே தாளிட்டார். காரணத்தை விளக்கவா வேண்டும்? கனியிருக்கிறது - வௌவால் பறந்து வந்துவிட்டது!

"யாரடா நீ-அன்று நெற்றியிலே அலகு குத்திக் கொண்டு பக்தி ததும்ப காவடி எடுத்த கண்யவானா நீ?" கனிமொழி நெருப்பானாள்!

"ஆமாம் கிளியே! அந்த அலகு வெள்ளி அலகு! கிள்ளை நீ உன் அலகால் என் கன்னத்தை வருடு!" என்று கை தொட்டார் மிராசுதார்.

கனிமொழி - பகுத்தறிவுப் பெண்ணன்றோ! கண்ணகி சரிதம் படித்தவளன்றோ-அவள் கை விளையாடிற்று, பண்ணையாரின் கன்னங்களிலே; இருந்தாலும்! வெறிப்பிடித்த வேங்கை- நெறி பிறழா மான்குட்டி- ஆபத்து நெருங்கிவிட்டது -கூக்குரல்-கூச்சல்- அபயங்கேட்கும் அபாய அறிவிப்பு- அந்தக் குடிசையிலேயிருந்து கிளம்பிற்று. அப்போது அங்கே வந்து குதித் தான் ஆட்டக் காவடி கந்தன். மிருகண்டு மிரண்டார். கந்தனின் கால்களில் மிதியுண்டார். கனிமொழி தப்பினாள். கதைகளிலே கதாநாயகிக்கு ஆபத்து வருவதும், கதாநாயகன் காப்பாற்ற வருவதும்-பின் காதல் உதயமாவதும் வழக்கமாகி விட்டதைப் போலவே, கனிமொழி யின் வாழ்க்கையிலும் அப்படி ஒரு உண்மைச் சம்பவம் எதிர்பாராமல் நடந்து விட்டது. கந்தனும், கனிமொழியும் வாழ்க்கைப் பயணத்தைத் தொடங்குவதற்கு, அவள் விதித்த நிபந்தனைகள் ஏராளம்.

அவைகளிலே ஒன்றுதான், அவன் ஆலயங்களுக்கு ஆட்டக்காவடி ஆடுவதை நிறுத்த வேண்டுமென்பது! ஒத்துக் கொள்ளாமல் இருப்பானா?- ஆட்டக்காவடி நிறுத்தப்பட்டது- அவனுக்கு அவள் அறிவு ஆசானாக ஆனாள். கந்தனும் கனிமொழியானான். அதன் பிறகே இருவருக்கும் திருமணம். ஊரே ஆச்சரியத்தில் மூழ்கியது. கந்தனின் வழியிலே பல காளையர் நடைபோடத் தொடங்கினர். கந்தன் அந்த ஊர் வாலிபர்களுக்கு இளந்தலை வனானான். கனிமொழியோ ஆனந்தக் கடலில் ஒளி விட்டுப் புறப்படும் பூரணமதியம்போல் முகங்காட்டிப் பூரித்தாள். காவடிக் கந்தன் கைத்தறிக் கந்தனானான்.

கைத்தறியிலே வந்த பணம் அவன் தாராள செலவுக்குப் போதவில்லை தான்! கஷ்டப்பட்டான். ஆனாலும் கனி மொழியின் மனத்திற்கு விரோதமாக நடப்பதற்கு பயப்பட்டான். மிராசுதார் மிருகண்டுவின் மகன் - பீதாம்பரத்தின் மூளை வேலை செய்தது. ஊரிலே எழுந்துள்ள

கொள்கைக் கோட்டையைத் தவிடு பொடியாக்கக் கருதி னான். கந்தனின் நண்பனானான். காசின் அருமை பெருமைகளைப் பற்றி அடிக்கடி உபதேசித்தான் கந்தனுக்கு!

கந்தனின் கொள்கைகளை ஏற்றுக்கொண்டு, அவைகளுக்குத் திருத்தங்கள் சில தருவதுபோல நடித் தான். அப்படி அவன் தந்த திருத்தங்களிலே ஒன்று தான் பழனிக்கு ஆட்டக் காவடி எடுக்கலாம் என்பது!

கந்தன், அந்தத் திருத்தத்திற்கு விளக்கம் கொடுக்க, கனிமொழி கற்சிலையாக நின்று கொண்டிருந்தாள் அன்றிரவு.

நின்று கொண்டிருந்த கந்தன், திடீரென அதை விட்டு வேகமாக அகன்றான்.

மறுநாள் அவனது பழனிப்பயணம் ஆரம்பமாயிற்று, ஆட்டக் காவடி ஆட்டமும் பழனித் தெருக்களிலே பிரமாதமாக நடைபெற்றது. அவன் எதிர்பார்த்தபடியே அங்கேயே அவனுக்கு மூன்று நான்கு கிராக்கிகள் மோதின. முன்னூறு ரூபாய் கிடைத்தது. எடுத்துக் கொண்டு ஊருக்குத் திரும்பினான். பணத்தைக் காட்டி, கனிமொழியின் கோபத்தைப் போக்கி விடலாம் என்ற பூரண நம்பிக்கையோடு வீட்டுக்குள் நுழைந்தான்..

அங்கே கனிமொழி இல்லை. அந்தப் பகுத்தறிவுச் சிட்டு எங்கேயோ பறந்துவிட்டது. கட்டில் மேலே ஒரு காகிதச் சுருள் கிடந்தது.

அதை எடுத்துப் பிரித்துப் பார்த்தான்.

“பொது வாழ்க்கை என்பது கரும்பைச் சுவைப்பது போல அல்ல; கரும்பைக் கைகளால் தடவுவது போல !

தடவிப் பார்த்தால்தான் தெரியும்: கைமுழுதும் 'சுணை' கள் குத்திக் கொள்ளும்.

உங்களுடைய முடிவுக்குப் பிறகு, நான் மேற்கொள்ள வேண்டிய முடிவுகள் இரண்டேதான் !

ஒன்று விஷம்

மற்றொன்று விவாகரத்து

இதில் எதைத் தேர்ந்தெடுப்பதென்று புரியாமல் உலகத்தில் எங்கேயோ ஒரு மூலையில் திரிந்து கொண்டிருக்கிறேன்.

இப்படிக்கு கனிமொழி,
பகுத்தறிவுப் பெண்.

கடிதத்தைப் படித்து முடித்தான் கந்தன்.

கண்களிலே 'அலகு' சொருகப் பட்டதுபோல் துடித்துக் கீழே விழுந்து மூர்ச்சையானான்.

நடுத்தெரு நாராயணி

விடிந்தால் தீபாவளி- இரவு முழுதும் ஊரெங்கும் வாண வேடிக்கைகள். தெருவுக்குத் தெரு- வீட்டுக்கு வீடு - போட்டி போட்டுக் கொண்டு வாணம் கொழுத்தி மகிழ்ந்தனர். சந்தர்ப்ப வாதிகளின் பச்சோந்தி உள் ளம் போல மத்தாப்புகள் பல நிறம் காட்டின.

ஒரு சில அரசியல் தலைவர்களின் போராட்ட அறிவிப்புகள் போல அவுட் வாணங்கள் ஆகாயத்தில் கிளம்பின. ஆனாவுக்கு ஆனா கானாவுக்குக் கானா என்ற விதத்திலே எழுதப்படும் அர்த்தமற்ற அடுக்குச் சொல் வசனம் போல சீன வெடிகள் - ஊசிப்பட்டாசுகள் தங்கள் திறமையைக் காட்டிக் கொண்டன. புதிய ஆடைகளைக் கண்டு பூரிப்புத் தவழ ஓடி ஆடினர் சிறுவர், சிறுமியர். தலைத் தீபா வளிக்கு வந்திருக்கும் தம்பதிகள் உபசாரங்களுக்கும் - கிண்டல் உபத்திரவங்களுக்கு மிடையே - உல்லாசப் பொழுது போக்கினர். ஊரே மகிழ்ச்சியில் ஆழ்ந்திருக்கும் அந்த இரவில், நாராயணி மட்டும் சோகத்தின் நிழலாக தன் வீட்டில் அமர்ந்திருந்தாள். தீபாவளி தமிழரின் திருநாளல்ல; தமிழரின் இறந்த நாளைக் கொண்டாடும் ஆரியப் பண்டிகை. கருத்துக்கு ஒவ்வாத கதை அளப்பு. அதை நமது பண்டிகையாகக் கொண்டாடிக் குதூகலிப்பது குருட்டுக் கொள்கை. ஆகவே, அதில் கலந்து கொள்ளக் கூடாது என்பதல்ல நாராயணியின் எண்ணம்! அவள் அவ்வளவு அறிவு வளர்ச்சி பெற்றவளுமல்ல. போட்டி போட்டுக் கொண்டு புராணக் குட்டை யிலே மூழ்கி எழும் பெண்மணிகளின் வரிசையிலே அவளும் ஒருத்தி தான். ஆயினும் அவள் தீபாவளி கொண் டாடவில்லை.

காதைத் தொடமுயலும் கண்களும், காண்பவரைக் கவரும் விதத்திலே அமைந்த உடற்கட்டும் பெற்ற நாராயணி தன் வீட்டு முகப்பிலே அமர்ந்து, தீபாவளி விழாவில் கலந்து

மகிழும் ஊராரைப் பார்த்துப் பெரு மூச்சு விட்டுக் கொண்டிருந்தாள்.

வீதியிலே கிருஷ்ணன் - சத்ய பாமா விக்ரகம் அலங்கரிக்கப் பட்ட அழகான ரதம் பவனி வந்து கொண்டிருந் த்து. 'வீரன்' கிருஷ்ணன் நரகா சூரனிடம் தோற்று மயங்கும் வேளையிலே, தனது கணைகள் கொண்டு அசுரனை அழித்தாள் பாமா என்பது தானே புராணம். சங்கு சக்ராயுதபாணியான விஷ்ணுவின் அம்சம் பரமாத்மாவே வீழ்ந்துவிட்டபோது - அவரின் தேவி, அசுரசிங் கத்தின் உயிரை அணைத்து விட்டாள் என்றால் ஆச்சரிய மாகத் தானிருக்கும். எக்கணை வீசினாளோ; என்ன வக்கணை பேசினாளோ- எப்படியோ தேவியின் தியாகத் தால் தேவர்களின் எதிரி ஒழிந்தான் என்று திருப்தி கொண்டனர் பக்தர்.

அந்தப் பக்த கோடிகள் பரந்தாமன் பெற்ற வெற்றியைக் கொண்டாடி, அவனையும் அவன் பிராட்டி பாமாவையும் ரதத்திலே வைத்துத் தெரு சுற்றினர். வெற்றியின் சூட்சுமும் தெரியாத விளையாட்டுப் பிள்ளைகளும், பரமாத்மாவுக்கு 'ஜே' போட்டனர். ஊர்ப்பிரமுகர்கள் ஊர்வலத்தில் கலந்து கொண்டனர். நாயன வித்துவான்கள் தங்கள் திறமையைப் பொழிந்தனர். வீடெங்குமுள்ள பெண்டிரெல்லாம் ஆயர் பாடி கண்ணனுக்கு ஆராத்தி எடுத்து ஆனந்தப்பட்டனர் ஆடினர் பாடினர்.

ஆனால் நாராயணியோஆடவுமில்லை; ஆராத்தி எடுக்கவுமில்லை; நடக்கும் வைபவங்களைப் பார்த்துக் கொண்டே உட்கார்ந்திருந்தாள். பரமாத்மாவின் ஊர்வலம் அவள் வீட்டைத் தாண்டிப் போயிற்று. அந்த வீட்டிலிருந்து யாராவது வந்து பகவானுக்குக் காணிக்கை செலுத்துவார்கள் என்று பக்தர்கள் எதிர் பார்த்தனர். யாரும் வரவில்லை.

ரதம் போகும் திக்கைச் சிறிது நேரம் பார்த்துக் கொண்டே யிருந்தாள் நாராயணி. ரதத்திலே நரகாசூர வதமே சித்தரிக் கப்பட்டிருந்தது. அந்தக் காட்சியை அவள் கண் கொட்டாமல் பார்த்துக் கொண்டிருந்தாள். மலையெனத் தோள் படைத்த நரகாசூரனின் மார்பிலே ஒரு வேல் பாய்ந்திருக்கிறது. குகையெனத் திறந்த வாயோடு நிற்கிறான் அவன். அவனெதிரே கிருஷ்ணன் மயங்கிய நிலையில்! பாமா வேல்பாய்ச்சும் சாயலில்! இதுவே ரதத்தில் சித்தரிக்கப் பட்டிருந்த தீபாவளிக் காட்சி. அறிவுக்கு அணைகட்டி, இன உணர்ச்சியைத் தடுக்க பெரும் சுவரும் எழுப்பி வைக்கும் அந்தப் பண்டி கையில் தம்மை மறந்து பங்கெடுத்துக் கொண்டு, பரவசமுற்றனர் அந்த ஊரார். நாராயணியின் கண்களை விட்டு ரதம் மறைந்தது. வாணச் சத்தம் அவள் காதைத்துளைத்துக் கொண்டு தானிருந்தது. ரதத்திலே அவள் கண்ட நரகாசூர வதக்காட்சி, அவள் நெஞ்சை விட்டகலவில்லை. நினைவுகள் அலை மோதின.

நடுத்தெருவிலே தான் நாராயணியின் வீடு. நடுத் தெருவிலே வீடுகட்ட நகரசபையார் எப்படி அனுமதித்தார்கள்; நகர சபையாருக்கு நாராயணியின் மீது அவ்வளவு அனுதாபம் விழக் காரணம் என்ன - என்றெல்லாம் யாரும் சந்தேகப் படத் தேவையில்லை. அவள் வீடு இருந்த தெருவுக்குப் பெயரே நடுத்தெருதான்!

நாராயணி நடுத் தெருவிலே, நடுத்தரமான குடும்பத்திலே நாலுபேர் அண்ணன் தம்பிகளுக் கிடையே பிறந்தவள். ஐந்து மக்களையும் விட்டு விட்டுப் பெற்றோர் விடைபெற்றுக் கொண்டனர். மாயூரம் காவேரி யாற்றிலே துலா முழுக்கு ஆடுவதற்காகச் சென்ற சகோதரர்கள் நால்வரும், திரும்பி வராமலே போய்விட்டனர். இளைய தம்பி, ஆற்றுச் சுழலிலே சிக்கிக் கொள்ள, அவனை விடுவிக்க ஒருவர் பின் ஒருவராக மூவரும் குதித்து, அனைவரும் நேரே "மோட்சலோகம்"

போய்விட்டனர், என்ற செய்தி மட்டுமே நாராயணிக்குக் கிடைத்தது.

இந்த சோகச்சுமை அவள் தலையிலே விழும்போது, அவள் பருவக்கொடி! சிற்பியின் கைத்திறனே உயிர் பெற்றது போன்ற சிந்தை கவர் உருவம்! புருவம்- பருவம் - எல்லாமே, ஆண்களின் கர்வமடக்கும் விதத் திலே அமைந்திருந்தன. அழகுச்சிலை! அற்புதப் பதுமை! தேன் மலர்! திராட்சைக்கொடி! ஆனால் அந்த வாச ரோஜா வேலியின்றி - பாதுகாக்க யாருமின்றி - தன்னங் தனியே வாடிக் கொண்டிருந்தது. தந்தை, தாய் அண் ணன் தம்பி - எல்லோரையும் விழுங்கிவிட்டு இந்தப் பாவிக்கு மட்டும் பாழும் உயிரை ஏன் வைத்திருக்கிறாய்? என்று அவள் பகவான் சன்னிதானத்திலே பலமுறை அழுதிருக்கிறாள்.

அப்படி அழுவதற்காக அவள் ஆலயத்திற்குச் செல்லும் போதுதான் குருக்கள் கிருஷ்ணய்யரின் சந்திப்பு ஏற்பட்டது. கோயில் குருக்கள் என்ற போதிலும் மிடுக்கான நடையுடை பாவனைகள் உடையவர். கழுத்திலே அழகான தங்கச் சங்கிலி, அந்தச் சங்கிலியின் முனையிலே ருத்ராட்சக் காய், இடுப்பிலே மயில் கண் வேட்டி, மேலே ஒரு வெண் பட்டுத்துண்டு, பி. ஏ. குடுமியுடன் கூடிய அமெரிக்கன் கிராப்பு - இவைதான் கோயில் குருக்கள் கிருஷ்ணய்யரின் அடையாளங்கள்! மறந்துவிட்டேனே; மன்னிக்கவும் - அன்றாடம் சலவை செய்யப்படும் பூனூல் உண்டு மார்பிலே! விபூதிப் பூச்சு உண்டு; விஷ்ணுவுக்கு விசேஷமான நாட்களிலே நாமமும் போடுவார்; பட்டையாக அல்ல; பக்குவமாக - சிறிய கோடாக - சிங்காரம் கெடாமல்!

வயதோ முப்பதுக்குமேல் இல்லை. இந்த ஒரு முதல் போதாதா; காதல் வியாபாரத்தை ஆரம்பிக்க.

ஐம்பது அறுபது ஆனதுகளே, நரை மயிர் கருக்கும் தைலம் தடவிக் கொண்டு - பொய்ப்பல்லால் புன்னகை புரிந்து - நஷ்டம் வந்தாலும் பரவாயில்லையென்று காதல் வாணிபம் நடாத்த கன்னியரைத் தேடியலையும் போது முப்பதே வயதான கிருஷ்ணய்யர் மட்டும் சும்மா இருப் பாரா? அதுவும் புற வலுவிலே பறந்து வருகிறது- வட்டமிட்டுப் போகிறது என்றால், கேட்கவும் வேண்டுமா?

நாள் தோறும் நாராயணி ஆண்டவன் சன்னதியிலே கண்ணீர்த் துளிகளை சிந்தினாள். கிருஷ்ணய்யர், விபூதிப் பிரசாதம் அளித்து வந்தார். இந்த விஷயம் பல நாட்கள் மௌனமாகத்தான் நடந்து வந்தது. மாலை எப்போது வரும்; அப்போது அந்த மயிலும் வருமே -என்று பாதை மீது பார்வையை விரிக்க ஆரம்பித்தார் கிருஷ்ணய்யர். நாராயணி கடவுளின் முன்னே தினம் தினம் அழவேண்டிய காரணம் என்ன? குருக்களின் இதயத்தைக் குடைந்தது இந்தக் கேள்வி. அவளையே கேட்டுவிடத் தீர்மானித்தார். ஆனால் அவள் வரும் நேரத்திலேதான் அந்தப் பாழும் பக்தகோடிகளும் ஆலயத்திற்கு வருவ்து வழக்கமாக இருந்தது. தனிமையில் அவளிடம் பேச அவருக்கு வாய்ப்பில்லாமலே போய்விட்டது.

ஒரு நாள்-சோமவாரம்-கோயிலிலே அபிஷேக ஆராதனைகள் அமர்க்களப்பட்டன. நல்லகூட்டம். சேரிகள் வேறு. அந்த ஊர்ப் பெரிய மனிதர் ஒருவர் காங்கிரசிலே சேர்ந்துவிட்டதற்காக நடத்தப்பட்ட திருவிழா அது. கோயிலுக்கு எதிரேயுள்ள காளி மண்டபத்தில் ஆடு வெட்டி பலி கொடுத்து, கள்ளுக் குடங்களும் வைத்துப் படைத்து, காந்தியாரின் கொள்கைக்குப் பெருமை கொடுத்தார்கள். அதையொட்டி பெரிய கோயிலிலும் உயர்ந்த முறையிலே உபயம் நடத்தினார்கள்.

அன்றைய தினம் வழக்கம்போல் நாராயணிவந்தாள். காத்திருந்த அய்யரும் பூத்திருந்த மல்லிகை வந்துவிட்டதென மகிழ்ந்தார். பாரதம் நடக்குமிடத்திலும் - பாட்டுக் கச்சேரி நடக்குமிடத்திலும் பக்தர்கள் தங்கள் கவனத்தைத் திருப்பியிருந்தார்கள். நாராயணியோ கர்பக் கிரகத்திற்குள்ளே நுழைந்தாள். தாமரை மொட்டுபோல் கரங்குவித்தாள். காமனை வெல்லும் விளி மூடினாள். இமை அணையைப் பிளந்துகொண்டு கண்ணீர் வெள்ளம் புறப்பட்டுக் கன்னத்தின் மேட்டிலே கிளைகளாகப் பிரிந்தது. ஆழ்ந்த பக்தியிலே மெய் மறந்து நின்றாள். "எனக்கு வழி காட்டு அப்பனே ! என்னை மட்டும் உலகத்திலே ஜீவித்திருக்க ஏன் விட்டாய்? பெரிய குடும்பத்திலே தனி மரமாய் நின்று தவிக்கிறேன்; இது உனக்கு நியா யந்தானா என்று கதறினாள்.

பிரார்த்தனை முடிந்தது. பிரசாதம் தர அய்யர் வந்தார். விபூதியை வாங்கி நெற்றியிலே இட்டுக் கொண் டாள். திரும்பினாள்.

காய்ந்துபோன தொண்டையைக் கனைத்துக் கொண்டு, அய்யர் ஏதோ பேச வாயெடுத்தார். நாக்கு எழவில்லை. கஷ்டப்பட்டுப் பேசியே விட்டார். நடுக்கத்தோடு! "ஏனம்மா, தினந்தோறும் இப்படிக் கண்ணிலே ஜலம் விடுறே ?"

இதைக் கேட்டதும் நாராயணிக்குத் தூக்கி வாரிப் போட்டது. தானோ, ஒரு பருவ மங்கை. வீட்டைவிட்டு வெளியே கிளம்புவதே தப்பு; கோயிலுக்கு வருவதால் யாறும் குறை சொல்லமாட்டார்கள். ஆனால், அங்கே ஒரு ஆடவரோடு பேசுவது என்பது ஒத்துக்கொள்ளக் கூடிய விஷயமா? இவ்வளவையும் அவள் நினைத்துப் பார்த்து, பதில் சொல்வதா இல்லையா என்ற தீர்மானத் துக்கு வரநேரமில்லை. அவளும் நடுங்கியவாரே, "எல்லாம் என் விதி!" என்று பதில் கூறினாள்.

"நாராயணி! நோக்கு என்ன கஷ்டம்னு நேக்கு நன்னாத் தெரியும் பெத்தவாள், பிறந்தவாள் எல்லாம் போயிட்டா! ஒண்டிக் கட்டையா இருந்து தவிச்சிண்டிருக்கே!" என்று பீடிகைபோட ஆரம்பித்தார் குருக்கள்.

நாராயணிக்கு அழுகை அதிகமாயிற்று. "நான் வருகிறேன் என்று கூறிவிட்டு, கர்பக் கிருகத்தைவிட்டு வெளியேறினாள் அவள்.

ஆண்டவன் தரிசனம் முடிந்ததும், கோயில் பிரகாரத்தைச் சுற்றிவிட்டுப் போவது நாராயணியின் பழக்கம். அவ்வாறே, அன்றும் அவள் பிரகாரத்தைச் சுற்றி வந்து கொண்டிருந்தாள். பிரகாரத்திலே, அப்பிரதக்ஷணமாகச் சுற்றி வந்து கொண்டிருந்த கிருஷ்ணய்யரை அவள் எதிரே கண்டாள். நாணத்தால் தலையைக் குனிந்தவாறு அவரைக் கடந்து செல்ல முயன்றாள். கிருஷ்ணய்யர் சுற்று முற்றும் பார்த்தார். பிரகாரத்தின் பக்கம் யாருமே வரவில்லை. எல்லோருமே கச்சேரி மண்டபங்களில் நிறைந்திருந்தனர். "நாராயணி, நில்!" என்றார் மெதுவாக! நாராயணிக்குக் கால் பெயரவில்லை. நின்று தீரவேண்டியிருந்தது. கிருஷ்ணய்யர் அவள் எதிரே ஓடினார். அவள் கால்களிலே தலை முட்டுமளவுக்கு சாஷ்டாங்கமாக தொண்டனிட்டு வீழ்ந்தார்.

நாராயணிக்கு ஒன்றுமே புரியவில்லை. 'சுவாமி! சுவாமி!! என்று கத்திவிட்டாள்.

"நாராயணி! அடியேனை என்று ரட்சிப்பாய்! தேவி விக்ரகத்தின் முன்னேகூட அடியேன் இப்படி நமஸ்கரித்தது கிடையாது. நீதான் எனக்குத் தேவி ! என்னை ஏற்றுக்கொள்!" என்று மன்றாடி நின்றார்.

"சுவாமி! தாங்கள் தேவ குலம் நானோ" என்று இழுத்தாள் அவள்.

"முற்றும் துறந்த பெரியவாளுக்கு எல்லா குலமும் ஒரே குலந்தான்! நான் ஆண் குலம் - நீ பெண் குலம். வா, இருவரும் காதல் குளத்திலே நீந்துவோம்," என்று கையைப் பிடித்தார் அய்யர்.

"அய்யோ சாமி! ஆண்டவன் கோயில்..." என்று எச்சரித்தாள் நாராயணி.

"அருகில் ஒன்றும், தலையில் ஒன்றும் வைத்திருப்பவர்தானே ஆண்டவன் - இது தெரியாதோ நோக்கு!" என்று அவள் ஜடையைப் பிடித்து விளையாடினார் குருக்கள்.

"அய்யோ, இதெல்லாம் கூடாது- எனக்குப் பிடிக்காது" என்று சொல்லிவிட்டு, தட்டிக் கழித்துவிட எண்ணி வாயைத் திறந்தவள் - ஏனோ தெரியவில்லை, "யாராவது பார்த்து விடுவார்கள்!'' என்று நாணிக் கோணி நகர்ந்தாள். இந்த வார்த்தை போதாதா; அய்யருக்கு!

"எல்லாப் பசங்களும் பரத நாட்டியம் பார்த்துண்டு இருக்கான். ஒருத்தனும் வரமாட்டான்; பயப்படாதே" என்று சொல்லி அய்யர் அவளை எட்டிப் பிடித்தார். அவள் கன்னம் சிவந்தது. அவரது கையிலே தன்னை ஒப்படைத்தாள். திடீரென்று நாராயணிக்கு ஞானோதயம் ஆயிற்று. அய்யரின் கால்களைக் கெட்டியாகப் பிடித்துக்கொண்டு, "சுவாமி, என்னைக் காப்பாற்றுங்கள்! நீங்கள் தான் எனக்குத் துணை?" என்று 'ஓ'வென அலறினாள்.

அய்யர் அவளை வாரியெடுத்துத் தாவியணைத்துத் தைரியம் கூறி வீட்டுக்கு அனுப்பி வைத்தார். அவளும், ஆண்டவன்

அருள் பாலித்துவிட்டான் என்ற நம்பிக்கையோடு வீட்டுக்குப் புறப்பட்டாள். அய்யரும் அந்தத் தையலின் கன்னத்தைச் சுவைத்த உதடுகளைக் கழுவாமலே ஆண்டவனுக்கு அர்ச்சனை மந்திரம் ஜெபிக்கக் கர்பக்கிரகம் நோக்கி விரைந்தார்.

கோயில் பிரகாரத்திலே வாக்களித்த பிரகாரம், அய்யர் நாராயணியை எப்போதும் வைத்துக் காப்பாற்றுகிற அளவுக்கு அவள் வீட்டிற்கே வந்து சேர்ந்தார்.

"கோயில் குருக்களுக்கு அடிச்சுதடா சான்ஸ்! கொய்யாப் பழமாக இருந்தாள் - அவளைக் கொய்து விட்டார் அய்யர். என்ன இருந்தாலும் அனுபவிக்கப் பிறந்த ஜாதியப்பா அது! எத்தனையோ பேர் நத்திக் கிடந்தார்கள்; எல்லோரையும் எட்டி உதைத்துவிட்டு, பூணூல் வலையிலே மாட்டிக் கொண்டது அந்தப் புள்ளிமான்! போகிறான் போ! அவனாவது சுவைக்கட்டும்!'- இளங் காளைகளிடத்திலே, இப்படிப் பொறாமை வடிவத்திலே ஆரம்பமான பேச்சு, விட்டுக் கொடுக்கும் தன்மையிலே முடிவு பெற்றது.

கடவுளின் பக்கத்திலேயிருந்து கடமைகளைச் செய்கிற மனிதர் மிகவும் நல்லவராக இருப்பார்; நம்பியவரைக் கைவிட மாட்டார்; அதிலும் பிராமணர்-புரண்டு பேசமாட்டார்; பொய் கூறுவது பாபமெனக் கருதுவார்; பரமசிவன் பக்கத்திலே பார்வதிபோலத் தன்னையும் அருகே வைத்து ரட்சிப்பார் என்ற நம்பிக்கையிலேதான், நாராயணி, கோயில் குருக்களைத் தன் கணவனாக ஏற்றுக் கொள்ள முடிவு செய்தாள். கோயில் பிரகாரத்திலே - கர்ப்பக்கிரகத்தின் நிழல் பட்டு இருண்டிருந்த இடத்திலே - இதழ்களைப் பரிமாறிக் கொண்டு - திரும்பி இல்லம் வந்த பிறகு, அன்றிரவு முழுதும் தூங்காமல் அவள் யோசித்ததின் முடிவு குருக்களைத் தன் மணாளனாக ஆக்கிக் கொள்வது என்பதுதான்.

"ஏண்டி நாரா, கவலைப்படுறே! நான் பிரமணன்- நீ சூத்திரச்சின்னுதானே பாக்கிறே! பிராமணாளுக்குத் தலைவர் இருக்காரே; எங்க ராஜாஜி - அவர் மகளை காந்தி மகனுக்குக் கொடுக்கலியோ -ஜாதி ஆசாரம் பேசினாளே; என்ன ஆச்சு அது ? அம்பேத்கார்னு ஒரு பறையன் - ஆதித் திராவிடர்னு சொல்லிக்குவா - அவரைக் கல்யாணம் பண்ணிண்டு இருக்கிறது யார் தெரியுமோ? எங்க ஜாதிக்காரி ஒருத்திதான்! ஜாதி ஆச்சாரம் எங்கேடி போச்சு? ருக்மணி அருண்டேல் சமாச்சாரம் தெரியுமோ நோக்கு! அடி அசடு - பித்துக்கோளி! சொல்றதைக் கேளுடி! பயப்படாதே! நான் உன்னைக் கல்யாணம் பண்ணிக்கப்போறேன்"-என்று கிருஷ்ணய் யர் பிரசங்கம் ஒன்றே செய்தார்.

"ஜாதியாரெல்லாம் கல்யாணத்துக்கு வருவார்களா?" என்று கேட்டு வைத்தாள் நாராயணி.

"வரவேண்டாமே - நான் ஜாதியாருக்கு சொல்லப் போறதே இல்லை. நீ என்னோட சாயரக்ஷை கோயிலுக்கு வரவேண்டியது; இதோ வாங்கி வச்சிருக்கேன் மாங்கல்யம்! ஆண்டவனுக்கு நேரா இதை உன் கழுத் திலே கட்டுவேன். நமக்கு மனுஷாள் சாக்ஷி வேண் டாம்! தேவாள் சாக்ஷி போதும் - ஆண்டவாள் சாக்ஷி போதும்! என்ன சொல்றே?" என்று குழைவோடு கேட்டார் குருக்கள்.

மகேசன் சன்னிதானத்திலேயே தனக்குத் தாலி கட்டப் போகிறார் குருக்கள் என்ற செய்தி கேட்டு, நாராயணி குதூகல மடைந்தாள். அவள் கழுத்திலே தாலி மின்னியது. ஊரிலே பேசிக்கொண்டார்கள் கிருஷ்ணய் யர் நாராயணியை வைப்பாக வைத்திருக்கிறார் என்று! அப்படியே பேசியவர்களிடம் அவரும் 'ஆமாம்' போட்டார். இப்படி ஊரார் பேசுவது நாராயணி காதிலேயும் விழுந்தது. அவள் அவரிடம் முறையிட்டாள். 'என்னை உங்கள் 'வைப்பு' என்று சொல்கிறார்கள்' என்று!

"அட பித்து ! 'வைப்பு' என்றால் ஏன் கோபப்பட ணும் ! 'ஒய்ப்' என்ற இங்கிலீஷ் வார்த்தையை சொல்லத் தெரியாமல், அவா 'வைப்' என்று சொல்ரா ! அவ்வளவுதான்!" என்று ஒருபோடு போட்டார் கிருஷ் ணய்யர்.

கணவனே தெய்வம் என்று கருதிக் கிடக்கும் நாராயணியும் அந்தப் பேச்சையெல்லாம் அதிகமாக வளர்த்தாமல் அவரோடு சுமூகமாகவே பழகி வந்தாள்.

திடீரென்று ஒரு நாள், வீட்டுக்கு வந்த அய்யரின் முகத்திலே சோகம் படர்ந்திருப்பதை நாராயணி கண்டாள். காரணம் கேட்டாள், கோயில் வேலையிலிருந்து தர்மகர்த்தா நரசிம்ம நாயுடு தன்னை விலக்கி விட்டார் என்று கூறினார் அய்யர்.

“ஏன்?”” என்று துடித்தாள் நாராயணி.

"ஊரிலேயுள்ள பிராமணர்கள் எல்லாம் மாநாடு கூடினார்களாம். அதிலே நான் கலப்புத் திருமணம் செய்துகொண்டு உன்னோடு வாழ்வதைக் கண்டித்தார்களாம். சூத்திரச்சியோடு வாழுகிறவன், கோயிலிலே சாமியைத் தொட்டுப் பூஜை செய்யக் கூடாது -என்று தர்மகர்த்தாவிடம் வலியுறுத்தினார்களாம். அதனால் தர்ம கர்த்தா என்னை விலக்கி விட்டார்" என்றார் அய்யர்.

இப்படி ஒரு புரட்சிகரமான செய்தியைக் கேள்விப் பட்ட நாராயணி, கிருஷ்ணய்யரைக் கட்டிப் பிடித்தபடி, "பிராமணோத்தமரே! இந்த அனாதைக்காக - உங்கள் ஆச்சார அனுஷ்டானங்களை யெல்லாம்,எதிர்த்து நின்றதோடு இல்லாமல், சமூகத்தையும் துச்சமாக மதித்து, கோயில் வேலையையும் தியாகம் செய்து விடடீர்களே !” என்று கதறினாள்.

'நாராயணி! சிறு பிள்ளை மாதிரி அழுதுண்டு இருக்காதே! உனக்காக நான் எவ்வளவோ செய்திருக்கேன். அது மாதிரி நீ எனக்காக எதுவும் செய்யத் தயாராயிருக்கணும் - அதுதான் எனக்குத் தேவை!" என்று சொல்லியபடி அவள் கூந்தலைக் கோதினார் அய்யர்.

"சுவாமி! தங்களுக்காக உடல் - பொருள் - ஆவி மூன்றையும் தத்தம் செய்யத் தயாராயிருக்கிறேன்" என்று அவரது மடியிலே சாய்ந்து விக்கி விக்கி அழுதாள் அந்த விழியழகி!

'கிருஷ்ணய்யர்-நாராயணி' ஜோடியைப் பார்க்கும் போது; அய்யோ, இந்த யுவதிக்கு இந்த மனிதன் அவ்வளவு பொருத்தமில்லையே' என்று சொல்லத்தான் தோன்றும். 'கிளி மாதிரி இருக்கிறாள் -இவனோ எலி மாதிரி இருக்கிறான்'- என்று விமர்சித்தவர்களும் உண்டு.. 'பேரழகின் பிறப்பிடம் அவள் - இந்தப் பிராமணனோ அவளெதிரே விண்மீனுக்குமுன் மின்மினியாகத் தெரிகிறான்' - இப்படிப் பேசாதாரும் இல்லை. ஆனால்,நாராயணியின் கண்களோ, இவைகளுக்கெல்லாம் விதி விலக்கு. அவள் மனக் கண்களுக்கு முன்னே எல்லோருடைய விமர்சனமும் தவிடு பொடியாகி விட்டது.

குலப் பெருமை இழந்தார்-கோயில் குருக்கள் என்ற மதிப்பை இழந்தார் -இவ்வளவும் தனக்காக! தன்னிடம் தந்த வாக்கை நிறைவேற்றுவதற்காக! - என நினைக்கும்போது, நாராயணிக்கு நேரே கிருஷ்ணய்யரின் உருவம் - கிருஷ்ண பகவானின் உருவம்போலவே தோற்றமளித்தது. "கண்ணா, மணி வண்ணா!" என்று அவள் பாடாததுதான் பாக்கி. அவ்வளவு பக்தியும் பாசமும் புருஷன்மீது ஏற்பட்டுவிட்டது அவளுக்கு.

குஷ்டரோகிக் கணவனைத் தாசியின் வீட்டுக்குத் தூக்கிச் சென்ற நளாயினி - தேவலோகத்து மாதர்கள் கற்பரசிகளாய் இல்லாதபோது, பூலோகத்தில் மட்டும் கற்பரசிகள் இருக்கலாமா? அவர்களை சோதிப்போம்' எனத்தோள் தட்டிப் புறப்பட்டு, நிர்வாணமாக வந்து சோறு பரிமாறச் சொன்ன மும்மூர்த்திகளை குழந்தைகளாக மாற்றி நிர்வாணக் கோலத்தோடு அன்னமிட்ட அனுசூயா -இத்தகைய பத்தினிகளை யெல்லாம் தோற்கடிக்கும் அளவுக்கு பதி சொல் தட்டாத பாவையாக நடந்து கொள்ள வேண்டுமென்று நாராயணி ஆசைப் பட்டாள்.

"கோயில் வேலையிலிருந்து நீக்கப்பட்ட இரண்டு நாட்களுக்குப் பிறகு, ஒரு நாள் இரவு கிருஷ்ணய்யர் அவசர அவசரமாக வீட்டுக்கு ஓடி வந்தார். அவரது உடலெங்கும் வியர்வைத் துளிகள். மேல் மூச்சுக் கீழ் மூச்சு வாங் கியபடி" நாராயணி! நாராயணி!" என்று அலறினார்.

அவளோ "என்ன? என்ன? என்று கேட்டபடி, சின்ன இடை நெளிய ஓடி வந்தாள் பள்ளியறையிலிருந்து!

அய்யர் பிரக்ஞையற்ற நிலையில் நின்று கோண்டு பிதற்றினார்.

"நாராயணி! நோக்காக நான் எவ்வளவு தியாகம் செய்திருக்கேன்?"

"ஆமாம்; அதற்கென்ன இப்போது?"

"ஞாபகமிருக்கா? நேக்காக நீ உடல் - பொருள்- ஆவி மூன்றையும் தியாகம் செய்வேன்னு சொன்னியே!"

'ஆமாம் சொன்னேன் இப்போதும் சொல்கிறேன்!''

"நாராயணி ஆபத்து வந்து விட்டதடி! நீ, ஆவியையும் பொருளையும் தியாகம் செய்யத் தேவையில்லை. உடலை மட்டும் தியாகம் செய் போதும்!"

"என்ன சொல்கிறீர்கள் சுவாமி?"

"ஆமாண்டி கண்ணே! என் உயிரைக் காப்பாற்ற வேணும்னா, நீ உன் உடலைத் தியாகம் செய்யத்தான் வேணும்!''

"புரியவில்லையே!..."

"தர்மகர்த்தா நரசிம்ம நாயுடு இருக்காரே; அவருக்கு உன் உடலை..."

அய்யர் வாய்மூடவில்லை. அதற்குள் நாராயணி மயக்கமுற்றுக் கீழே சாய்ந்தாள்.

நாராயணிக்குப் பிரக்ஞை வந்தபோதுதான் கட்டிலிலே படுக்க வைக்கப்பட்டிருப்பதை உணர்ந்தாள். தன்னுடைய நெற்றியை மெதுவாகத் தடவிக் கொடுத்துக் கொண்டிருந்த கைகளைத் தனது கைகளால் வெறுப்போடு நகர்த்தினாள். அப்படி அவள் நகர்த்தும்போது, கண்களை அகல விரித்துப் பார்த்தாள். அவளருகே சாய்ந்தபடி அமர்ந்திருந்தது கிருஷ்ணய்யர் அல்ல.

கிருஷ்ணய்யரைவிட அழகான ஒரு மனிதர். நல்ல தேகக் கட்டுப் படைத்த வாலிபர். முறுக்கிவிடப்பட்ட இள மீசைகள் அவரது முகத்தின் கம்பீரத்தை அதிகப் படுத்திக் காட்டிக் கொண்டிருந்தது. பரந்த மார்பகமும், அதை மூடியிருக்கும்

பட்டுச் சொக்காயும், பார்ப்பவரைக் கவரத் தக்க விதத்திலே அமைந்திருந்தன. நெற்றியிலே லேசான நாமம் - சிகப்புக்கோடு மட்டும்! அவர் நார யணியை உற்றுப் பார்த்தபடி அமர்ந்திருந்தார். அவரைக் கண்ட நாராயணிக்குப் பேச வாயெழவில்லை. எழுந்தோடுவதற்கும் சக்தியற்றுப் போனாள். ஏதோ சொல்ல நினைத்தாள். வாய் குழறிற்று.

"நீங்கள்..? நீங்கள்.... ?"-என்று மட்டுமே அவளால் கேட்க முடிந்தது. அப்படிக் கேட்டுக்கொண்டே யிருந்தாள்.

"நான்தான் தர்மகர்த்தா நரசிம்ம நாயுடு" என்று கூறியவாறு, நாயுடு அவளை இருகத் தழுவிக் கொண் டார்.

நாராயணி, அவரிடமிருந்து விலகிக்கொண்டு, "அய்யோ தெய்வமே! இது உனக்கு அடுக்குமா?" என்று கதறினாள். தெய்வம் அப்போது என்ன வேலையாக எங்கே போயிருந்ததோ; தன் பிரதிநிதியாக 'காமனை' அனுப்பி யிருந்தது போலும்! அவனும் நரசிம்ம நாயுடு பக்கம் சேர்ந்துகொண்டு தூபம் போட ஆரம்பித் தான்.

"கண்ணே நாராயணி! என் பேச்சைக் கேளடி ; பெண் தெய்வமே! என்று நாயுடு அவள் அழகின் முன்னே மண்டியிட்டார். "என் கணவர்தான் இது போன்ற இழி தொழிலுக்கு இசைந்தார் என்றால், கோயில் தர்மகர்த்தாவாகிய தாங்களும் பாவச் செயல் புரியலாமா?" எனக் கண்ணீர் வடித்தபடி தர்மகர்த்தாவின் கால்களைக் கெட்டியாகப் பிடித்துக் கொண்டு துடித் தாள் நாராயணி.

"பாபம், புண்ணியம் எல்லாம் எனக்குத் தெரியாது நாராயணி அதைப்பற்றியெல்லாம் உன்னிடம் உபதேசம் கேட்கத் தேவையில்லை. வாரம் ஒரு முறை எது தவறினாலும், கோயிலிலே வாரியாரின் உபதேசம் தவறுவதில்லை. அதை

வரி பிசகாமல் என் காதால் கேட்டுக் கொண்டுதான் வருகிறேன்" என சிரித்தபடி அவளை வாரியணைத்தார் நாயுடு!

அவரது வாலிபம் துள்ளும் வலிமை மிக்க கரங் களிலே நாராயணியின் மெல்லிய இடை சிக்குண்டு நெளிந்தது; வளைந்தது, துவண்டது !

அந்தப் பலமான அணைப்பிலே சிக்கியபடியே நாராயணி அவரைப் பார்த்துப் பேசினாள். இருவருடைய முகங்களும் ஒன்றுக்கொன்று வெகு அருகாமையிலே தானிருந்தன. அவள் ஆத்திரத்தோடு கேட்டாள். "நீங்கள் செவி மடுக்கும் உபன்யாசங்களிலே இப்படித்தான் இன்னொருத்தன் மனைவியிடம் இன்பப் பிச்சை கேட்கச் சொல்லுகிறார்களோ?" என்று!

"ஆமாம் கண்ணே ஆமாம்! சாம்பல் பூசிய சிவனை, தன் மனைவியோடு சரஸ சல்லாபத்திற்கு அனுப்பிய இயற்பகை நாயனார் புராண காலட்க்ஷேபம்-இன்று காலையிலே தான் ஆயிரக்கால் மண்டபத்திலே அதி விமரிசையாக நடைபெற்றது." எனக் கூறியபடி அவள் முகத்தோடு தன் முகத்தைப் பொருத்த முனைந்தார். அவரிடமிருந்து எப்படியும் விடுபடவேண்டும் என்ற வேச உணர்ச்சியோடு அவரை ஒரே தள்ளாகக் கீழே தள்ளி விட்டு சுவரின் பக்கம் போய் ஒதுங்கி நின்று விம்மியழத் தொடங்கினாள் அவள்.

நாயுடுவுக்குக் கோபம் பிறந்தது. "நாராயணீ ! இதனால் எனக்கொன்றும் நஷ்டமில்லை. நாளைக்கு உன் புருஷன் கையிலே காப்புப் போட்டுக்கொண்டு வீதியிலே போவான். அதைப் பார்க்க வேண்டுமென்ற ஆசையிருந்தால் உன் இஷ்டப்படியே நட!" என்று கூறிவிட்டு நாயுடு அறையைவிட்டு வெளியேறினார்.

நாராயணி சிலைபோல் நின்று கொண்டிருந்தாள்.

கிருஷ்ணய்யர் அவளை நோக்கி வேகமாக ஓடிவந்தார்.

"அடிபாவி! என்னை மோசம் செய்துவிட்டாயே!'" என்று அவள் கையைப் பிடித்துக்கொண்டு அலறினார். நாராயணிக்கு அவரோடு பேசமனமில்லை. பேசாமல் கட்டிலே உட்கார்ந்துகொண்டு கிருஷ்ணய்யரை எரித்து விடுவதுபோல் பார்த்தாள்.

"ஏண்டி, இப்படி என்னைப் பார்க்கிறே? என்னை ஜெயிலில் போடறதுக்கு நீயும் தீர்மானிச்சுட்டியா?"

கிருஷ்ணய்யர் பரிதாபமாகக் கேட்டார். நாராயணி பேசாமலிருக்கவே, மீண்டும் அவரே பேச்சைத் தொடர்ந்தார்.

"அடி என் கண்ணு! என் நிலைமை நோக்குத் தெரி யாதுடி! கைக்கு விலங்கு காத்துண்டு இருக்கடி !.......

கோயிலில் அம்மன் தாலியையும் - மூல விக்ரகத்து தங்கக் கவசத்தையும் நான் திருடிவிட்டேன்னு பேரு கட்டி விட்டானுங்கடி! வித்த இடத்திலே, அந்த வாங்கின பயலுகளும் என்னைக் காட்டிக் கொடுத்து விட்டானுங்கடி! இப்ப என்னடி பண்றது! தர்மாகர்த்தா தயவு இல்லேன்னா தலை தப்பாதுடி. தலை தப்பாது."

நாராயணி அழுது கொண்டிருந்தாளே தவிரப் பேச வில்லை. அவளது நெஞ்சிலே எத்தனையோ குமுரல்கள்!

கொழுந்துவிட்டெறியும் தீ ஜூவாலையைப்போல இருந்தன அவள் கண்கள்.

"எனக்காக இந்த தியாகம் பண்ணுடி! இது ஒண்ணும் பெரிய குற்றமில்லேடி. தர்மகர்த்தா நரசிம்மலு நாயுடு நல்ல மனுஷன் எனக்கு சகோதரன் மாதிரி! அவன் மனசு வைச்சாத்தான் என்னைக் காப்பாத்த முடி யும். ஒரு குல ஸ்திரீ. அஞ்சுபேர்வரை ஆடவாளிடம் தொடர்பு வச்சிக்கலாம்னு நம்ம பாரதமே சொல்லுதடி! கேளுடி என் பிராண நாயகி -பத்து வருஷம், பதினைந்து வருஷம்னு என்னைச் ஜெயில்ல போட்டுட்டா - அப்ப கவலைப்பட்டுகிட்டுதானே இருப்ப - அந்தக் கவலையில்லாமே ரெண்டுபேரும் சந்தோஷமாயிருக்க சம்மதம் கொடடி!"

அய்யர் கொஞ்சினார். நாராயணியின் மௌனம் நீடித்தது. அய்யருக்கு சிறிது நம்பிக்கை பிறந்தது. நாராயணி தனக்காகத் தன்னைத் தியாகம் செய்யத் தீர் மானித்து விட்டதாகக் கருதினார்.

'அவர் எங்கும் போய்விடவில்லை. அடுத்த அறையிலேதான் இருக்கிறார். இப்போதே வரச் சொல்றேண்டி - மறுபடியும் அவரை விரட்டாதே!" என்று கூறியபடி கிருஷ்ணய்யர் வெளியே ஓடினார்.

நாராயணி கண்ணீரைத் துடைத்துக் கொண்டாள். ஏதோ ஒரு முடிவோடு எழுந்து நின்று நாயுடுவின் வரவை எதிர் நோக்கினாள். நாயுடுவும் ஆவலோடு உள்ளே நுழைந்தார். நாராயணி அவர் முகத்தை ஏக் கத்தோடு பார்த்தாள்.

"வந்துவிட்டேன் நாராயணி! நான் எங்கும் போக வில்லை. பக்கத்து அறையிலேதான் இருந்தேன். நீ என் உறுதியைச் சோதிப்பதற்காகவே பிடிவாதம் செய் தாய் என்பதைப் புரிந்து கொண்டேன்" என்று பல்லை இளித்தபடி அவளது பக்கம் வந்து நின்றார் நாயுடு. அவர் பேசி முடிப்பதற்குள்ளாக

நாராயணி அவரது கைகளைப் பிடித்துக்கொண்டு. என்னை எப்போதும் வைத்துக் காப்பாற்றுவீர்களா?" என்று திடீரெனக் கேட்டுவிட்டு தேம்பி அழுதாள்.

இதுபோன்ற வார்த்தை அவளிடமிருந்து வெளியாகும் என எதிர்பார்க்காத நாயுடுவும் திடுக்கிட்டார்.

"உண்மையாகவே கேட்கிறேன் - என்னை உங்களிடம் ஒப்படைத்தவனை இன்று முதல் புருஷன் என்கிற நிலையிலே வைத்து நான் பூஜிக்கப்போவதில்லை. இனி நீங்கள் தான் எனக்குக் கதி ! நீங்கள் தான் எனக்குப் பதி! நான் உங்களுக்கு மனைவியாக இருக்கும் பாக்கியம் பெற்றவள் அல்லதான்! ஆனாலும்,உங்கள் அடிமையாக இருக்கிறேன். மீண்டும் அந்தப் பாவியின் கையிலே ஒப்புவிக்காமல் இருப்பதாக எனக்கு வாக்குக் கொடுங்கள்."

நாராயணியின் கோரிக்கை எதுவாக இருந்தாலும் நிறைவேற்றுவேன் என்று சொல்லித் தீரவேண்டிய நேரம் அது! அதனால் நாயுடு தலையசைத்தார்.

"துண்டுக் கரும்பு கேட்டவனிடம் - தோட்டத்தையே எடுத்துக்கொள் என்பதுபோல் இருக்கிறது நாராயணி உன் பேச்சு!" என்றார். பிறகு வென்றார். கிருஷ்ணய்யர் மறுபடியும் கோயில் குருக்களானார். திருட்டுப்போன நகைகளைப் பற்றி சரியான புலன் கிடைக்கவில்லை யென்று போலீசாரும் அறிவித்துவிட்டனர். காலை முதல் அர்த்த ஜாமப் பூஜைவரையிலே கிருஷ்ணய்யருக்குக் கோயிலிலே வேலைதான். இரவு இரண்டு மணி வரையில் தினந்தோறும் பக்தர்களுக்குப் பிரசங்கம் செய்வார். அதற்குமேல் கோயில் மண்டபத்திலேயே படுக்கை உரக்கம் எல்லாம்! நாயுடுவுக்கும் நாராயணிக்கும் ஒரு குழந்தை பிறந்து, பிறந்த நாலாம் நாள் நல்ல வேளையாக அது இறந்துவிட்டது. அது உயிரோடு

இருந்திருந்தால் ஒரு வேளை நாயுடுவின் தொடர்பு அறந்திருக்கலாம். நாராயணி, கிருஷ்ணய்யர் என்று தனக்கு ஒரு நாயகன் இருந்ததையே மறந்து விட்டாள்.

தர்மகர்த்தா ஒரு நாள் ஊரில் இல்லை என்ற செய்தி கிருஷ்ணய்யர் காதுக்கு எட்டியது. நகரசபைத் தலைவர் தேர்தலுக்காக ஏழெட்டு உறுப்பினர்களை விலைக்கு வாங்கி எங்கோயோ ஒரு கடாரம்பத்திற்கு ஓட்டிக் கொண்டு போய்விட்டார் என்றும் திரும்ப இரண்டு நாட்கள் ஆகும் என்றும் அய்யர் கேள்விப்பட்டார்.

நாராயணியைப் பற்றிய பழைய நினைவுகள் அய்யரைக் குடைந்தன. நாராயணியை நாயுடுவிடம் அற்பணிக்காமல், ஜெயிலுக்கே போயிருந்தாலும் பரவாயில்லையே; ஜெயில் என்ன இந்தக் கோயில் மண்டபத்தை விடவா மோசமாக இருக்கப் போகிறது- என்று தனக்குத் தானே வருந்திக் கொண்டிருந்த ஐயருக்கு. எப்படியும் நாராயணியை ஒரு முறை சந்தித்துவிடவேண்டு மென்ற ஆசை பிறந்தது. அந்த ஆசையை நிறைவேற்றிக் கொள்ள தக்க சமயம் கிடைத்ததாக எண்ணிப் புறப்பட்டார்.

நாராயணி வீட்டுக் கதவைத் தட்டினார். நாயுடு தான் வந்து விட்டார் என்ற நினைவில் அவளும் கதவைத் திறந்தாள். அய்யர் எதிரே நின்றார். நாராயணி அவரை உடனே வெளியேறுமாறு கட்டளையிட்டுத் தன் அறைப் பக்கம் போனாள். அய்யரும் அவளைத் தொடர்ந் தார்.

"மரியாதையாகப் பாதையாகப் போய்விடுவது நல்லது !" என எச்சரித்தாள் அவள். அய்யர் கெஞ்சினார்.

"அன்றொரு நாள் கோயிலிலே முதன் முதலில் சந்தித்துச் கொஞ்சினீரே; அந்த நாராயணியல்ல இவள் ! நாயுடு

மனைவி- தர்மகர்த்தா நரசிம்மரின் உடமை !" என கர்சித்தாள் அவள்.

என்ன இருந்தாலும் நீ என் மனைவியல்லவா?"- அய்யரின் பசிக்கு எப்படியும் அவளை இரையாக்கித் தீர வேண்டும். அவளோ, எரிமலையாக இருந்தாள். அய்யரைச் சுட்டெரித்துவிடும் நெருப்புக் குண்டங்களாகக் காட்சியளித்தன அவள் விழிகள்.

"முடியுமா முடியாதா நாராயணி?" - முரட்டுத் தனமாக அவளது கரங்களை இழுத்த அய்யரின் கன்னத்திலே நாராயணி பளார் என அறைந்தாள்.

"அடி விபசாரி ! உனக்கு இவ்வுளவு கொழுப்பா?" எனக் குதித்தார் அய்யர்.

"நான் விபசாரிதான் அய்யரே; விபசாரிதான்! உம்மைப்போன்ற மனைவியை விறகும் அரிச்சந்திரர்களின் மத்தியிலே என்னைப் போன்றவர்கள் எப்படி கற்போடு வாழமுடியும் ?" நாராயணி பெருங்கூச்சலிட்டுப் பேசினாள்.

"பத்து வருட சிறைவாசம்! அதைத் தாங்க உம் மால் முடியவில்லை ! பத்தினியின் உடலை விற்றீர்! பகற் கொள்ளைக்காரனைப்போல, பகவானின் சொத்தைத் திருடி, மனைவியைப் பரத்தையாக்கி மானத்தை இழந்து உயிரைக் காப்பாற்றிக்கொண்ட உமக்கு என்னை மனைவி என்று அழைக்க உரிமை வாழ்கிறதோ? தூ ! வெட்கங்கெட்ட மனிதரே! போமய்யா போம்! உமது பித்தலாட்டங்களைப் பிரசங்கம் என்று போற்ற பக்தர்கள் இருக்கிறார்கள். அவர்களிடம் போம் !'.

விரல் நீட்டித் தெருவழியைக் காட்டி நின்றாள் நாராயணி. அய்யரோ அவளை விடுவதாயில்லை. எப்படியும் அன்றைய தாகத்தைத் தணித்துச் செல்லவே விரும்பினார்.

எதிரே நிற்பது ஏதோ ஒரு மண் பதுமை என்ற எண்ணம்தான் இருந்தது நாராயணிக்கு!

அய்யர் அவளைத் தழுவிக் கொண்டார். 'தப்பமுடியாது நீ!" என்று கரகரத்த குரலிலே கத்தினார். நாராயணிக்கும் அவருக்கும் சிறிது நேரம் கடும் போராட்டமே நடைபெற்றது. எப்படியும் விடுபடமுடியாது எனக் கண்ட நாராயணிக்கு திடீரென ஒரு யோசனை - நாயுடு மேசையிலே ஒழித்து வைத்திருக்கும் கைத்துப்பாக்கி !" ஓடிப்போய் மேசையைத் திறந்தாள். துப்பாக்கியை எடுத்தாள்

"டுமீல்! டுமீல்!" என ஒலி கிளம்பிற்று.

"அய்யோ! அய்யோ " என்று அலறல்.

நாராயணி திகைத்தாள். அது அய்யரின் குரல் அல்ல நாயுடுவின் குரல்தான். ஓடிப் போய்ப் பார்த்தாள். நாயுடு அறை வாயிற்படியிலே சுருண்டு கிடந்தார். அய்யரோ எந்த ஆபத்துமின்றி கட்டிலுக்கடியிலே ஒழிந்திருந்தார்.

நாயுடுவைக் கொன்று விட்ட நாராயணி அவர்மீது விழுந்து புலம்பினாள்.

நகரசபைத் தலைவர் தேர்தலைப் பற்றிய கவலையைக் கூட ஒதுக்கி வைத்துவிட்டு, அதற்குள் ஒருமுறை நாராயணியைப் பார்க்க ஓடி வந்த நரசிம்மநாயுடு எதிர் பாராத வகையிலே நாராயணியாலே சுட்டுக் கொல்லப் பட்டார்: ஆனால்

போலீசார் அப்படி வழக்கு பதிவு செய்யவில்லை. அவர்கள் அய்யரை வீரராக்கிவிட்டார் கள். கட்டிலுக்கடியிலே ஒளிந்து மயங்கிக் கிடந்த அய்யர்தான் நரசிம்மநாயுடுவை சுட்டுக்கொன்று வஞ்சம் தீர்த்துக்கொண்டார் என்று தீர்ப்புக் கூறப்பட்டது.

ஆயுள் தண்டனை ! அந்த மட்டில் ஆண்டவன் நாராயணியின் துப்பாக்கி முனையிலிருந்தும், நீதிமன்றத்தின் தூக்குத் தண்டனையிலிருந்தும் தன்னை விடுவித்தானே என்ற மகிழ்ச்சி அய்யருக்கு! நாராயணியோ, அனாதையானாள். அய்யரோடு குடும்பம் நடத்திய வரையில் "நாராயணி அம்மாமி !" என்று ஊரார் அவளை அழைத்தனர். நரசிம்மநாயுடு பிரவேசித்த பிறகு, 'மிஸஸ் நாயுடு' என்று ஊர் கூறியது. இப்போது அவள், நடுத்தெரு நாராயணி ஆகிவிட்டாள். முன்பெல்லாம், நடுத்தெரு நாராயணி என்றால் அவள் இருக்கும் தெருவைக் குறிக்கும் - இப்போதோ? ...... நடுத்தெருவுக்கு அர்த்தமே வேறு!

என்னதான் நாராயணியின் வாழ்க்கை கெட்டுவிட்டாலும் அவளது மனதிலே நரசிம்ம நாயுடுக்கு நல்ல தோர் இடமுண்டு. அற்ப புத்திக்கார அய்யரைக் கொல்லப்போய் ஆசை நாயகனையல்லவா கொன்று விட்டாள்.

அவசரத்தாலும்--ஆவேசத்தாலும்! பாமாவினால் கொல் லப்பட்டதாக சித்தரிக்கப்பட்ட நரகாசுர வதைப் படல ஊர்வல ரதத்தைப் பார்க்கும்போது அவளுக்கு, தான் செய்த கொலைதான் ஞாபகத்திற்கு வருகிறது. அதனால் தான் தீபாவளி தினத்திலே அவள் அப்படி சோகமாக அமர்ந்திருந்தாள் போலும்.

அரும்பு

"திருக்குவளைக் கிராமத்திற்கே இந்தக் கல்யாணம் மிகப் மிகப் புதிது ! பழமையிலே ஊறிப்போனவர்கள் ஏராளம் இங்கே ! அறிவுப் பாதையிலே நடைபோட வேண்டுமென்ற ஆசை ஒருபக்கம் இழுத்தாலும் இறந்த காலக் கொள்கைகளை விடாப்பிடியாகப் பிடித்துக்கொண் டிருப்பவர்கள் அதிகம் நிறைந்த அழகான சிற்றூர் !' அடிக்கடி ஒலித்துக் கொண்டிருக்கும் ஆலயத்துமணி வான் முட்டும் கோபுரம்-எதிரே சிங்காரத்திருக்குளம்-கரையிலே தென்னைகளும், திண்ணையுள்ள வீடுகளும் தென்றலுக்கு ஏற்றவகையில் தெற்கு நோக்கியமைந்த 'அக்கிரகாரம்!" இப்படியெல்லாம் கலை அழகோடு ஆரியக் களையும் நிறைந்திருக்கும் ஊரிலேதான் இந்தப் புதுமையான திருமணத்தை நான் செய்து கொள்ளப்போகிறேன் நண்பா! சென்னையிலேயிருந்து இந்த ஊர் அதிக தூரம்தான்! ஆயினும் நாமிருவரும் மிக நெருங்கிய வர்களாயிற்றே! எப்படியும் அலுவலகத்தில் 'லீவு' பெற்றுக்கொண்டு நீ வந்தே தீரவேண்டும்-இது அன்பின் ஆணை!" என்று கடிதத்தை முடித்திருந்தான் ரத்தினம்.

கோகுலுக்கு என்ன செய்வதென்றே புரியவில்லை. நாலைந்து வருடங்களாக அவன் எந்தத் திருமண விழாக்களுக்கும் போனதே கிடையாது.

மகிழ்ச்சி பொங்கிடும் அந்த விழாக்களிலே, தான் போய் சோகத்தின் உருவமாக உட்கார்ந்திருக்க அவனுக்கு விருப்பமில்லை. திருமண இதழ்களைக் கண்டே 'திக்பிரமை' கொண்டவன்போல் உட்கார்ந்திருக்கும் அவனுக்கு-திருமணத்தையும் நேரில் பார்த்துவிட்டால் எப்படியிருக்கும் ? அவனுக்கு நடைபெற்ற திருமணம் அப்போது முழங்கிய மேள ஒலி !

மேள ஒலி ! மண மேடையில் இருந்தவாறே மனைவியிடம் காட்டிய குரும்பு! அவள் அதை ரசித்து மகிழ்ந்த மென்மை! தொடர்ந்து துவங்கிய இன்பபுரிப் பயணம். பின்னர் வந்த அன்புச்சின்னம்! தேனுக்கும் கற்கண்டுக்குமிடையே அவன் ! திடீரென வாழ்விலே வீசிவிட்ட புயல் ! நீங்காத நித்திரைக்கு ஆளாகிவிட்ட அவன் துணைவி ! அம்மாவை இழந்த அருமை மகன் ! இந்த நிகழ்ச்சிகளும், காட்சிகளும் அவன் மனக் கண்முன்னே படையெடுத்துவரும். அதற்காகவே திருமணங்களுக்குப் போகிற வேலையை நிறுத்திக் கொண்டான். இப்போதோ தட்டமுடியாத அழைப்பு வந்துவிட்டது. ரத்தினமும் அவனும் இணைபிரியாத நண்பர்கள். அவன் மணத்திற்குப் போகவில்லை யென்றால்- கோகுலுக்கு அதை நினைக்கவும் இயலவில்லை. இரண்டொரு நாட்கள் குழப்பத்திற்குப் பிறகு, ரத்தினத்தின் கலியாணத்திற்குப் போவது என்று முடிவு செய்தான்.

ரத்தினத்தின் திருமணம் புதுமை முறையிலே நடைபெற்றது. அந்த வட்டாரத்திலேயே மிகப் புதிய கல்யாணம் என்று அவன் கோகுலுக்கு எழுதியிருந்தது உண்மைதான்! ஊர் மக்கள் எல்லாம்- அழைப்பில்லாதவர்கள் கூட அந்த அதிசயக் கல்யாணத்தைப் பார்க்கக் கூடியிருந்தார்கள்.

புரோகிதர்-ஓமகுண்டம்- அம்மி -அரசாணி எதற்கும் வேலையில்லாமல் வந்திருப்போரின் அன்பை சாட்சியாக வைத்து அறிவு முறையிலே திருமணம் நடைபெற்றது. கோகுல், மாப்பிள்ளைக் கோலத்திலே தன் நண்பனைக் கண்டான். அடக்கி வைத்திருந்த துக்கம் அணையுடைத்துக் கிளம்ப முயன்றது. சமாளித்துக் கொண்டான். நண்பனது வாழ்க்கை ஒப்பந்த விழா ! அதிலே தான் இப்படி நடந்து கொள்வது சரியல்லஎன்று அவனுக்குத் தெரியாமலில்லை ! தலைவரின் முன்னுரைக்குப் பிறகு அனைவரின் வாழ்த்துரைகளோடு, மணமகனும், மணமகளும் மாலை

சூட்டிக் கொண்டார்கள். கோகுலின் திருமணம் இப்படி நடக்கவில்லை.

அக்கினி அருந்ததி சாட்சியாக நடைபெற்றது. அந்தத் தெய்வீகத் திருமணத்தையும் தன் மனைவியின் உயிரைப் பிடித்துக் கொள்ளத் திராணியற்ற அந்தத் தெய்வங்களையும் நினைத்துக் கொண்டான். அவனாகவே சிரித்துக்கொண்டான். திருமணம் முடிந்து, விருந்து முதலிய நிகழ்ச்சிகளும் நல்ல முறையில் நடந்தேறின. கோகுல் நண்பனிடம் விடை பெற்றுக்கொண்டு சென்னைக்குத் திரும்ப ஆயத்தமானான்! விடையளித்து வழி யனுப்பும்போது ரத்தினம் அவனைப் பார்த்து-'கோகுல்! எத்தனை நாளைக்கு இப்படியே இருந்துவிட எண்ணுகிறாய் சென்றதை மறந்துவிட்டு, இன்னொரு திருமணத்தை ஏற்பாடு செய்! நீ என்ன இப்போது கிழவனாகவா ஆகிவிட்டாய்!" என்று உபதேசம் செய்ய ஆரம்பித் தான் !

"கிழவனாகவும் ஆகிவிடவில்லை. கல்யாணமே இனி வேண்டாமெனும் ஞானியாகவும் மாறிவிடவில்லை. ஆனால்... குழந்தை குமார் இருக்கிறான்...வரப்போகும் புதிய தாயார் அவனுக்கு ஒரு கிரகணமாகிவிட்டால் என்னப்பா செய்வது ?" என்றபடி கண்ணீர் வடித்தான் கோகுல்.

நீண்டநேரம் உரையாடலுக்குப் பிறகு எந்த முடிவுமில்லாமலே இருவரும் பிரிந்தனர்.

திருக்குவளைக்கு அருகே ஆறு மைலுக்கு அப்பால் அம்மனூர் சென்றால் புகைவண்டியில் செல்ல வசதியாயிருக்கும் என்று கூறி, கோகுலை ஒரு இரட்டைமாட்டு வண்டியிலேற்றி விட்டிருந்தான் ரத்தினம். ரயில் வருவதற்கு அரைமணி நேரத்திற்கு முன்பாகவே ரயில் நிலையத்திற்கு வந்து சேர்ந்தான் கோகுல். வந்த வண்டிக்காரனும் திரும்பிப்போய்

விட்டான்.அந்தச் சிறிய ரயிலடியில் பேச்சுத் துணைக்குக்கூட அவனுக்கு ஆள் கிடைக்கவில்லை. அங்குமிங்கும் உலாவிக்கொண்டேயிருந்தான். தனிமையின் தோழனாக சிகரெட்டையாவது தேடுவோமென்று பக்கத்திலே விசாரித்தான். அதோ என்று கை காட்டிவிட்டுப் போனார்கள் ஊர்க்காரர்கள்.

இருட்டிலே மினுக் மினுக்கென்று வெளிச்சம் காட்டிக்கொண்டிருக்கும் அந்தச் சிறிய கடையை நோக்கி அவன் போனான். கடையிருந்தது ஆனால் வியாபாரம் செய்யும் ஆள் யாரையுங் காணோம். ஒரு சிறிய வீட்டுத் திண்ணையிலே அந்தக் கடையிருந்த காரணத்தால் கடைக்காரர் உள்ளே யிருப்பார் என்று நினைத்து "யார் கடையிலே ?" என்று கூப்பிட்டுப் பார்த்தான்.

"யாரது... என்ன வேணும் ?" என்று கேட்டபடி ஒரு அழகான யுவதி வெளியே வந்தாள். மங்கலான வெளிச்சத்திலும் அவள் முகத்தை அவனால் பார்க்க முடிந்தது. அப்படிப் பார்ப்பது முறையல்ல என்ற திடீர் உபதேசம் அவன் உள்ளத்திலே கிளம்பவே, 'சிகரெட் வேணும்! என்று தயங்கிய குரலில் கேட்டான். அவள் சிகரெட்டைத் தேட ஆரம்பித்தாள்.

தேடுவதற்காக அவள் எடுத்துக்கொண்ட முயற்சி யின்போது, அவளது தேகத்திலே ஏற்பட்ட லாவகமான வளைவுகளை அவனால் பார்க்காமல் இருக்க முடியவில்லை. பட்டணத்துப் பெண்கள் நட்டுவனார் வைத்துப் பாடம் கேட்டும் கற்றுக்கொள்ளாத அபியே அசைவுகளை அவள் இயற்கையாகவே பெற்றிருந்தாள். அதைக் காணும் கோகுலுக்கு அதிசயமாகவே இருந்தது. மங்கை, சிகரெட்டைத் தேடி எடுத்தாகவில்லை. அதற்குள் உள்ளே பயங்கரமான இருமல் சத்தம் கேட்டது. அவள் சிறிது தயங்கி உள்ளே திரும்பினாள். மீண்டும் இருமல் பலமாகக் கேட்டது. சிகரெட்டைத் தேட அவளால் இயலவில்லை. கோகுலைப்

பார்த்து "தயவு செய்து நீங்களே சிகரெட்டைத் தேடி எடுத்துக்கொண்டு, காசைப் பெட்டியிலே போட்டுவிடுங்கள்!" என்று கூறிவிட்டு அவன் பதிலுக்கும் காத்திராமல் உள்ளே ஓடிவிட்டாள். கோகுல் ஆச்சரியத்தால் மரம்போல் நின்றுவிட்டான்.

மேல்நாடுகளிலே இதுபோன்ற முறையைக் கேள்விப் பட்டிருக்கிறான் அவன். தினசரிப் பத்திரிகையும் ஒரு காசுக் கிண்ணமும் சாலை யோரத்திலே வைக்கப்பட்டிருக்குமாம். தேவையானவர்கள் காசைப் போட்டுவிட்டு

பத்திரிகையை எடுத்துப் போவார்களாம். இங்கே நம் நாட்டில், பூட்டப்பட்டுப் புதைக்கப்பட்ட சாமி உண்டியல்களையே பெயர்க்காமல் இருந்தால் போதாதா? பட்டண வாசிகளும் கற்றுக்கொள்ளாத நாகரீகத்தை இந்தப் பட்டிக்காட்டு மங்கை எப்படித்தான் ஆசிரியரின்றிக் கற்றுக்கொண்டாளோ, தெரியவில்லை. என்று சிந்தித்தபடி நின்றான் கோகுல். கையிலிருந்த ஒரு ரூபாய் நாணயத்தைப் பெட்டியிலே போட்டுவிட்டு, ஒரு ஒடிந்து போன சிகரெட்டைக் தேடி எடுத்து அதை அந்தச் சிறு விளக்கிலே பற்றவைத்தபடி திரும்பினான் ரயிலடிநோக்கி! அவன் ஒரு அடிகூட எடுத்து வைத்திருக்கமாட்டான் அதற்குள் அந்தக் குடிசைக்குள்ளிருந்து "அய்யோ ! அப்பா! அப்பா! என்ற சப்தம் வந்தது. சப்தம் போட்டது அவளாகத்தானிருக்க வேண்டும். அவள் குரல்தான் அது! கோகுல் தன்னை மறந்தவனாய் உள்ளே ஓடினான்.

வயதான கிழவர்; படுக்கையிலே பிரக்ஞையற்றுக் கிடக்கிறார். அவர் மார்பிலே தலையைச் சாய்த்துக் கொண்டு அந்தப் பெண் அலறுகிறாள். "ஓகோ செத்து விட்டார் போலும்!" என நினைத்துக் கோகுல் அருகே போனான். அவளோ, "அய்யோ அப்பா! அப்பா! என அலறிக்கொண்டே யிருந்தாள். கோகுல் கிழவரின் முகத்திலே கையை வைத்துப் பார்த்தான். அவர் சாகவில்லை என்பதைப் புரிந்து கொண்டான். உடனே

அவளைப் பார்த்து, பயப்படாதே யம்மா! உன் அப்பா சாகவில்லை மயக்கம்தான்!" என்று ஆறுதல் கூறினான். அவளுக்குச் சிறிது நம்பிக்கை ஏற்பட்டது. தந்தையைத் தொட்டுப்பார்த்தாள். அவன் கூறியது உண்மைதான்.

"அய்யா! கொஞ்சநேரம் அப்பாவைப் பார்த்துக் கொள்ளுங்கள். நான் ஒரே ஓட்டமாக ஓடி, வைத்தியரை அழைத்து வந்து விடுகிறேன்." என்று கெஞ்சினாள் அவள். கோகுல் முடியாது என்று சொல்ல முடியுமா? மிக மிக நெருக்கடியான சூழ்நிலை!... ரயில் நிலையத்திலே ரயில் வரப்போகிறது என அறிவிக்கும் மணி ஒலிப்பது அவன் காதிலே விழுந்தது. இருந்தாலும் அவளுடைய வேண்டுகோளை அவனால் மறுக்க முடியவில்லை. சரியென்று தலை யசைத்தான். அவள் ஓடினாள் சிறிது நேரத்துக்கெல்லாம் அவள் வைத்தியருடன் ஓடிவந்தாள். வைத்தியர் கிழவருக்கு ஏதேதோ சிகிச்சைகள் செய்து, மயக்கத்தைத் தெளிவித்தார். கிழவரும் மெதுவாகக் கண் விழித்து, "கோமதி!" என அழைத்தார். அவளும் 'அப்பா' எனத் தாவினாள் கிழவரின் படுக்கை யிடம். "கோமதி!' "கோமதி!" கோகுலின் உதடுகள் அந்தப் பெயரை உச்சரித்துப் பார்த்துக் கொண்டன. வைத்தியர் போய்விட்டார். கோமதி நன்றியொழுகும் கண்களால் கோகுலைப் பார்த்தாள். கோகுல் அந்த ஏழைக் குடும்பத்தின் இளஞ்சிட்டை இருதய பூர்வமாக வாழ்த்தி விட்டு "நான் வருகிறேனம்மா!" என்றான். படுக்கையிலிருந்த தந்தை, "யார் கோமதி அது?" என்று ஈனசரத்தில் கேட்டார். "யாரோ வழிப்போக்கு அப்பா! ரொம்ப நல்லவர்! நான் வைத்தியரை அழைத்து வரும்வரையில் அவர்தான் உங்களுக்குக் காவல் இருந்தார்!'' என்று கூறிக்கொண்டே கோமதி, கோகுலுக்கு மீண்டும் பார்வை யினால் நன்றி செலுத்தினாள். விசாரித்துவிட்ட பிறகு கிழவரிடம் பேசாமல் போகக்கூடாதே யென்ற நினைவில் கோகுல் அவரிடம் ''என்ன பெரியவரே! எப்படியிருக்கிறது உடம்பு?"" என்று கேட்டான். எப்படியிருக்கு? இப்பவா கொஞ்ச நாழியான்னுதான் இருக்கு!"

"பயப்படாதிங்க; சரியாய்ப் போய்விடும். ரயிலுக்கு நேரமாவுது-நான் வர்ரேன்!"

இதைக் கூறிவிட்டு, கோமதியையும் பார்த்தபடி அவன் வெளியே வந்தான். ரயிலை எப்படியும் பிடித்து விடவேண்டு மென்று, ரயில் நிலையத்தை அங்கிருந்த படியே நோக்கினான். அப்போது தான் ரயில் நிலையத்தை விட்டுப் புறப்பட்டுக்கொண் டிருந்தது. இனி ரயிலைப் பிடிக்க முடியாது என்ற ஏமாற்றத்தோடு திகைத்து நின்றான். கடை யோரத்தில் அவள் நின்று கொண்டு, "எங்களால் தான் உங்களுக்கு இப்படியாகிவிட்டது!" என்று அனுதாபம் தெரிவித்தாள். கோகுலுக்கு, ரயில் தவறியதுகூட மறந்து விட்டது. அந்த அனுதாபச் சொற்கள் அவன் இருதயத்தை ஊடுருவிப் பாய்ந்தன.

"பரவாயில்லை, அதனால் என்ன... வருகிறேன்!" என்று கூறிவிட்டு பதிலை எதிர்பார்த்தான்.

"ஏன் இங்கு திண்ணையிலேயே படுங்களேன். காலையிலே தானே ரயில்!" என்றாள் அவள்.

"காலை ரயிலில் போயும் பிரயோசனமில்லை.

மாயவரத்திலே மதறாஸ் மெயிலைப் பிடிக்க வேண்டுமானால்- நாளை இரவு ரயிலில் தான் போயாக வேண்டும்.

காலையில் போனால் எங்காவது காத்திருக்க வேண்டியது தான்!" என்றபடி கோகுல் திண்ணையில் வந்து உட்கார்ந்தான்.

உள்ளேயிருந்து இருமல் ஒலி கேட்கவே, கோமதி ஓடினாள். கோகுலும் பின்னால் சென்று கவனித்தான். கிழவர், கோகுலைப் பார்த்து, "நீ போகவில்லையா தம்பீ?" என்று பரிவோடு கேட்டார். "அவருக்கு நம்மாலே ரயில் தவறிவிட்டதப்பா! இனிமேல் நாளை ரயில் தான் பாவம்!" என்றாள் கோமதி! 'அப்படியா? அய்யோ பாவம்-" என்று அருகே உட்காரச் சொன்னார் அவனை.

கோகுலுக்கும் தூக்கம் வரவில்லை. கிழவர் இருமிக் கொண்டே, அவனைப்பற்றிய விபரங்களை அறிந்து கொண்டார். கோமதியை நினைத்தால்தான் தனக்குப் பயமாக இருக்கிறதென்றும், ஓநாய்களுக்கிடையே மான் குட்டியை வைத்துக் காப்பாற்றுவதுபோல அவளைக் காப்பாற்ற வேண்டியதிருக்கிற தென்றும் சொல்லி அழுதார். "தாயை இழந்த கோமதியை இத்தனை நாள் பாதுகாப்பாக வளர்த்து விட்டேன். அவளை ஒரு நல்ல பையன் கையிலே பிடித்துக் கொடுக்காமல் போறேனே; அதுதான் எனக்குக் கவலை!" என்று கண்ணிர் வடித்தார்.

வெகு நேரத்துக்குப் பிறகு கோகுல் திண்ணையிலே போய்ப் படுத்துக் கொண்டான். தூக்கமே வரவில்லை அவனுக்கு! ஏதேதோ எண்ணச் சுழற்சிகள்! குழந்தை குமார் - கோமதி.. இருவரும் அவன் கண் முன்னே மாறி மாறி வரவேண்டிய காரணம் என்ன? விடியற்காலையில் தான் தூக்கம் அவன் கண்களைத் தழுவ ஆரம்பித்தது. ஆனால் திடீரென்று கேட்ட கோமதியின் அலறல் அவனைத் திடுக்கிட்டு எழச் செய்தது. கதவைத் தட்டினான். கதவைத் திறந்துவிட்டு, "அப்பா! அப்பா!" எனக் கதறினாள். கோகுல் கிழவரிடம் ஓடிப் பார்த்தான். உடல் ஜில்லிட்டுப் போயிற்று. கிழவர் போய்விட்டார். எதிர்பாராத ஒரு சுமை கோகுலுக்கு! நல்லவேளை ரயில் மாலையில்தானே! கிழவரை அடக்கம் செய்யவேண்டிய காரியங்களைக் கவனித்தான். அவனது பேருதவியுடன் கோமதியின் தந்தை அடக்கம்

செய்யப்பட்டார். ஊர் மக்கள் சிலர் வந்து கோமதிக்கு நேராக ஒப்பாரி வைத்து விட்டுப் போய்விட்டனர். தந்தையின் பிரிவால் கோமதி, தணற் புழுவாகத் துடித்துக் கொண்டிருந்தாள். அவ ளுக்கு இருந்த ஒரே துணை - அதுவும் போய்விட்டது.

இரவு வந்தது! திண்ணையிலேயே பொழுதெல்லாம் உட்கார்ந்திருந்த கோகுல், எழுந்து உள்ளே வந்தான். கோமதி அழுதுகொண் டிருப்பதைப் பார்த்தான். "கோமதி!" என்றான் குரல் கம்மிய நிலையில்!

அப்போதுதான் அவளுக்குக் கோகுலைப் பற்றிய நினைவு வந்தது. "அய்யோ, யாரோ ஒரு பரோபகாரி, இவ்வளவு உதவிகள் செய்திருக்கிறார். அவருக்கு ஒரு வேளை சாப்பாடுகூடப் போடவில்லை! சாப்பிடுகிறீர்களா என்று கேட்கவில்லையே என அவள் மனச் சாட்சி பேசிற்று. எழுந்து நின்றாள், கண்ணீர் வடித்தபடி! "நான் வரட்டுமா கோமதி?" கோகுல் முடிக்கவில்லை; அதற்குள் அவன் கால்களிலே விழுந்துவிட்டாள் அவள். இன்னும் இரண்டு நாளைக்கு இருங்கள்- எனக்கு சிறு ஆறுதலாகவாவது இருக்கும் !"

கோகுல் மௌனமாகிவிட்டான். அசைவற்றுப் போனான். திருக்குவளை நண்பன் ரத்தினம் நூறுதடவை சொன்னான், இரண்டு நாள் இருந்துவிட்டுப் போ என்று! அதைக் கேட்க வில்லை ; மறுத்துவிட்டான். இப்போது அசைவற்று நிற்கிறான். அவன் யார்? எங்கிருந்து வந்தான்! கொதிக்கும் நெருப்புக் குண்டத் தின் ஓரத்திலே தூக்கி எறியப்பட்டான் அவன்....அதே நெருப்புச் ஜூவலைக்கருகில், கருகிக்கொண்டிருக்கும் மலராகக் கோமதியிருந்தாள். சந்தர்ப்பம்- இப்படி ஒரு சூழ்நிலையைப் படைப்பித்து கைதட்டி ஆரவாரம் செய்தது. அவன் கண் எதிரே குழந்தை குமார் வந்து வந்து போனான்.

"ஏன் பேசாமலிருக்கிறீர்கள்.. நீங்கள் நேற்றுஇரவு முதல் செய்த உதவிகள் பெரிதல்ல ... அனாதையாகப் போய்விட்ட எனக்கு.. எனக்கு எனக்கு..."

கோமதி விக்கி விக்கி அழுதாளே தவிர பேச்சை முடிக்கவில்லை. சாகப்போகும் நேரத்தில் தன் அருமை மகளைப்பற்றி அந்தக் கிழவர் கூறிய வார்த்தைகள் அவன் நெஞ்சைக் குடைந்து கொண்டேயிருந்தன.

"அழாதே கோமதி ! நான் இரண்டு நாட்கள் இருக்கிறேன். என்று அவளைத் தூக்கி நிறுத்தினான். வழிந்துகொண்டேயிருந்த கண்ணீரைக் துடைத்தான். அப்போது அவன் கைகள் நடுங்கின.. கண் எதிரே குமார் வந்து நின்று, "அப்பா! என்று கூப்பிடுவது போல் இருந்தது... சென்னையிலே கோகுல் வீட்டு மெத்தையிலே குமார் தூங்கிக் கொண்டிருக்கிறான்.... கனவு! குழந்தையின் கனவு எதுவாக இருக்கும்? எந்த அப்பாவியை அடித்து, யாரை மோசம்செய்து. லட்சாதிபதியாகலாம் என்று கனவு காணப் போகிறதா? அல்லது பதவி தேடுவதற்காக எப்படி யெப்படிக் கொள்கைகளைக் காற்றிலே பறக்கவிடலாம், யார் யாரைக் 'காக்கா' பிடிக்கலாம் என்று கனவு காணப் போகிறதா? குழந்தையின் கனவுகள் முள்ளிலேயிருக்கும் ரோஜா வைப் பறிப்பது போலிருக்குமே தவிர, தேன் பூச்சிகளை அழித்துவிட்டு, தேனடையை எடுத்துக் கசக்கிப் பிழி வதைப் போலிருக்காது!

அதுவும் தாயை இழந்த ஒரு குழந்தையின் கனவு எப்படியிருக்கும்? மிக மிக மென்மையான கனவு! ரோஜாவைப் பறிப்பதுபோலக்கூட இல்லாமல் ரோஜா மலரே, குழந்தையின் கன்னத்தில் வந்து விழுந்து விடுவது போன்ற கனவு ! ஆம் குமாரின் தாயார் அவனைத் தூக்கி முத்தமிட்டு மார்போடணைத்துக் கொஞ்சுகிறாள்... 'ஆராரோ'

பாடுகிறாள்... அவனோ தூங்க மறுக்கிறான்... காலை நேரம்... தலைவாரி உடையலங்காரம் செய்து அவனைப் பள்ளிக்கூடம் அனுப்புகிறாள். அவன் போகும் போது பின்னழகைப் பார்த்தபடி வாயிற்படியிலே நிற்கிறாள்...பள்ளியிலிருந்து திரும்பி வருகிறான்... எதிர் கொண்டழைத்து உச்சி முகந்து முத்தமிட்டு விளையாட அழைத்துச் செல்கிறாள் ...

குமார் விழித்துக்கொள்ளுகிறான். கனவு! தாயாரைக்காணவில்லை ! ரோஜா மறைந்து விட்டது. படுக்கை முழுவதும் முள்ளாகக் குத்துகிறது! பிஞ்சு மனம்! அரும்பு உள்ளம்! 'அம்மா! அம்மா!' என அலறுகிறது.

சுவற்றிலே தாயின் படம்! ஆம் படமாகிவிட்டாள் அவன் தாயார். அந்தப் படத்தை எடுத்து மார்போடு அணைத்துக் கொள்ளுகிறான். கண்ணீர்! பசுந்தரை யிலிருந்து ஊற்றெடுத்துக் கிளம்பிவரும் அருவி! படத்தை அணைத்தபடி படுக்கையில் சாய்கிறான். மறுபடியும் அம்மா கனவிலே வரமாட்டாளா என்ற ஆசையோடு கண்ணை மூடிக்கொள்ளுகிறான். தூங்கி விடுகிறான். விடிந்து விடுகிறது. வேலைக்காரனும் வேலைக்காரியும் இந்தக் காட்சியைப் பார்த்துவிட்டார்கள்.

பிள்ளை, அம்மாவை நினைத்து நினைத்து ஏங்கி விடும் போலிருக் கிறதேயென்று தூங்கும் அரும்பின் கையிலேயிருந்த அம்மா படத்தை மெதுவாக எடுத்து ஒளித்துவிட்டார்கள். குமார் எழுந்தான். கையிலேயிருந்த அம்மா எங்கே? விழித்தான்! யார் தூக்கிக் கொண்டு போயி ருப்பார்கள்? ஒரு வேளை கனவு உலகத்திலே போட்டு விட்டு வந்துவிட்டோமா? இப்படி நினைத்தான் ! பரவாயில்லை - இன்றிரவு, கனவு லோகத்துக்குப் போகும் போது எடுத்துக் கொள்ளலாம் - இப்படி ஆறுதல் அந் தக் குழந்தைக்கு!

அம்மனூரில் இரண்டொரு நாட்கள் கழிந்து விட் டன, கோகுலுக்கு! கோமதியும் தந்தையின் பிரிவை கோகுலின்

உறவால் ஒருவாறு ஆற்றிக் கொண்டாள். எதையோ எண்ணி ஏங்கியவாறு கடையிலே அமர்ந்து வியாபாரத்தைக் கவனிக்கும் கோமதியின் முகத்திலே அவன் கற்பனை செய்ய முடியாத அழகையும், அந்த அழகிலே மறைந்து கிடக்கும் அமைதியையும், அந்த அமைதியோடு குழைந்து நிற்கும் அன்பையும் அவன் ரசித்துக் கொண்டேயிருந்தான். கடைக்குத் தின்பண்டங்கள் வாங்க வருகிற குழந்தைகளுக்கு அவள் காட்டுகிற அன்பை அவன் உன்னிப்பாகக் கவனித்தான். வரண்ட தலையோடு வரும் குழந்தைகளுக்கு எண்ணெய் தடவி சீவி விடுவாள்; நன்றாகப் படிக்கவேண்டுமென்று உபதேசம் செய்து அனுப்புவாள். இதெல்லாம் கோமதியின் பால் கோகுலுக்கு புதிய அபிட்ராயத்தை வளர்த்தது. அதோடு கோமதி தனியாக இருந்தால், அந்த ஊரில் திரிகிற ரௌடிக்கும்பல் அவளைச் சும்மா விடாது என்பதையும் புரிந்து கொண்டான்.

வாலிபன்! அதனால்! காதல் பொங்குகிறது.

தகப்பன்! அதனால்! குழந்தை குமார் எதிரே நிற்கிறான்.

நல்ல மனிதன் ! அதனால்! ஓர் அபலையைக் காப்பாற்ற வேண்டுமென்ற கடமையுணர்ச்சி எழுகிறது.

கடைசியில் கடமை யுணர்ச்சியின் பெயரால் காதல் வென்று விடுகிறது! அவனுக்கு ஒரே நம்பிக்கை, குமாரின் தராசு சாய்ந்துவிடாது என்பதுதான் ! காதலின் வெற்றிக்கு அந்த நம்பிக்கையும் ஒருகாரணமே! கடைக்கு வரும் குழந்தைகளிடம் கோமதி காட்டிய பாசம் குமாரைப்பற்றிய பயத்திரையை கோகுலுக்கு விலக்கிவிட்டது.

கிழவர் செத்துவிட்ட துக்கம் விசாரிக்க, அயலூரிலிருந்து ஒரு பாட்டி வந்திருந்தாள். கோமதிக்கு அவள் தூரத்து உறவு. அவள்

கேட்டாள் "இந்தப் பிள்ளை யாண்டான் யார்?" என்று கோகுலைக் காட்டி !

"தூறத்து உறவு பாட்டி! அண்ணன் முறை!" என்று சொல்லிவிடலாமோ என எண்ணினாள் கோமதி! ஏனோ அப்படிச் சொல்ல அவள் மனம் இடந்தரவில்லை.

"பட்டணத்திலிருந்து வந்திருக்கிறார். எங்க அத்தை மகன்" என்று கோமதி, பாட்டியிடம் சொல்லியதை, திண்ணையிலிருந்தபடியே கோகுல் கேட்டு, தனக்குத்தானே மகிழ்ந்து கொண்டான். பாட்டி ஊருக்குப் போய்விட் டாள். "அத்தை மகன்" கோகுலுக்கு அந்த வார்த்தைகள் எத்தனையோ இன்பக் கதைகளைச் சொல்லத் துவங்கின. கோமதியும் கோகுலும் சேர்ந்து சென்னைக்குப் புறப்படுகிற வரையிலே அந்தக் கதைகள் நீண்டன. கோகுல், அவளுக்கு அத்தை மகனாகவே ஆகிவிடத் தீர் மானித்துவிட்டான். தனியாக வந்த கோகுல் கோமதி யுடன் சென்னைப் பயணத்தைத் துவங்கினான். இரு வரின் வாழ்க்கைப் பயணமும் ஆரம்பமாயிற்று!

இருவரும் வண்டியிலிருந்து இரங்குவதை வேலைக் காரனும் வேலைக்காரியும் பார்த்துவீட்டு ஒருவர் முகத்தை ஒருவர் வியந்து நோக்கிக் கொண்டனர். கோமதியை அவர்களுக்கு அறிமுகம் செய்து வைத்தான் கோகுல் ! அவர்களுக்கு உள்ளூர மகிழ்ச்சிதான். "குமார் எங்கே?"" என்று கேட்டபடி கோகுல் உள்ளே நுழைந்தான்.

"இப்பத்தான் பள்ளிக்கூடம் போச்சு !" என்றாள் வேலைக் காரி...சுவற்றிலே மாட்டப்பட்டிருக்கும் தன் மூத்தமனைவி யின் படத்தை அண்ணாந்து பார்த்தான் கோகுல் ! அங்கே படமில்லை ! தூக்கி வாரிப்போட்டது அவனுக்கு!

"படம் என்ன ஆயிற்று?"

வேலைக்காரன் சொன்னான், "குழந்தை படத்தைப் பார்த்து அழுவது அதிகமாயிடுச்சுங்க! அதனால் அதை மறைச்சு விட்டேங்க!" என்று.

கோகுலின் கண்களில் நீர் ததும்பிற்று! "என்ன படம்" என்று கேட்டாள் கோமதி. "உங்க அக்கா படம்" என்றான் அவன். வேலைக்காரனிடம் கேட்டு அந்தப் படத்தை வாங்கிப் பார்த்தாள் கோமதி. அவள் கண்களும் கலங்கின. "பூவோடும் பொட்டோடும் மஞ்சளோடும் மாங்கல்யத்தோடும் போய்ட்டாங்க எங்க அம்மணி!" என்று அழுதாள் வேலைக்காரி!

"நீங்க வந்திருக்கீங்க தாயே! நீங்களும் மகாலட்சுமி மாதிரி இருக்கீங்க... எங்க சின்ன எஜமானை...அய்யாவோட செல்லக் குழந்தையை...எங்க அம்மணியோட வயிற்றில் வந்த வைரத்தை...ஒரு குறையும் இல்லாம காப்பாத்துங்க அம்மா !"- என்று கோகுல்கூற வேண்டியதை வேலைக்காரனே கூறிமுடித்தான். கோமதியிடம் விடைபெற்றுக்கொண்டு, கோகுல், பத்திரிகை அலுவலகத்திற்குப் புறப்பட்டான்.

அன்றைய தினம் ஆசிரியர் கோகுல் எழுதிய கட்டுரைகள் அத்தனையும் சுவைமிகுந்தவை! தலையங்கம்

புதுமுறுக்கோடு காணப்பட்டது! நண்பர்கள் காரணம் விசாரிக்க ஆரம்பித்தனர். காரணத்தைக் கேட்டு அனைவருமே மகிழ்ந்தனர். ஆசிரியர் அறைக்கு ஏறிச் செல்ல வேண்டிய ஐம்பது மாடிப்படிகளையும் அன்றைய தினம் அவன் அனாயசமாகக் கடந்தான். வாழ்க்கையின் முதல் படியிலே வழுக்கி விழுந்து, விழுந்த இடத்திலே குமார் என்னும் கோமேதகக் கல்லை எடுத்த பிறகு இத்தனை நாள் கழித்து இப்போதுதானே அடுத்த படியில் கால் வைக்கத்

துணிந்திருக்கிறான். முதல் தாரத்துக்குக் குழந்தை இருக்கும்போது இரண்டாந்தாரமாக ஒருத்தியைக் கல்பாணம் செய்து கொள்வது சரியா தவறா என்ற கேள்வியைத் தன் நண்பர்களிடமெல்லாம் கேட் டான். அவரவர்களின் அனுபவங்களை எல்லாம் பொறுக் கிச் சேர்த்தான். அதில் அவனுக்குச் சாதகமான பதிலும் கிடைத்தது பாதகமான பதிலும் கிடைத்தது.

பள்ளிக்கூடத்திலே குழந்தை குமார் ஒரு மூலையிலே உட்கார்ந்துகொண்டு எதையோ சிந்தித்துக் கொண்டிருந்தான். எதைச் சிந்திக்கப் போகிறான்; அவன் தகப்பனைப்போல அகில உலக யுத்தத்தைப்பற்றி என்ன தலையங்கம் எழுதலாமென்றா? அல்லது அவனது பள்ளி ஆசிரியரைப்போல சம்பள உயர்வுக் கிளர்ச்சி வெற்றி பெறுமா என்றா? அவன் சிந்தனை முழுதும் தாயாரைப்பற்றியதுதான்!

விளையாடிக் கொண்டிருக்கும் சிறுவர்கள் அவனைப் பார்த்துக் கேலி புரிந்தார்கள்.

"பாருடா, கௌதம புத்தர் - சிந்தனையில் ஈடுபட்டிருக்கிறார்" என்று அன்றைக்குப் படித்த பாடத்தை ஒப்புவித்தான் ஒரு குரும்புக்கார இளைஞன். கௌதம புத்தர் என்றாலே என்னவென்று தெரியாத பிஞ்சு குமார் ! அவன் படிக்கும் வகுப்பே வேறு!

பள்ளி முடிந்து, பசலைகள் அனைவரும் கூட்டம் கூட்டமாக கும்மாளம் அடித்தபடி வீடு நோக்கி ஓடுகிறார்கள். குமார் மட்டும் தன்னந்தனியாக வந்து கொண்டிருக்கிறான். வீட்டுக்குத் திரும்பும் குழந்தைகளை அவர்களது தாய்கள் வாயிலில் நின்று எதிர் கொண்டழைத்துத் தூக்கி முத்தமிடுகிறார்கள். குமார் அவைகளைக் கவனிக்கிறான்.

அந்த அரும்பின் நடையிலே ஒரு தளர்ச்சி! கண்களிலே கலக்கம் ! இருதயத்திலே புயல்! தாங்குமா அந்த இளந்தங்கம் அந்தக் கொடு நெருப்பை! உரு ஓடிற்று! "தனக்கு ஒரு அம்மா இருந்தால் தன்னையும் இப்படித்தூக்கி முத்தமிட்டு எதிர்கொண்டு அழைப்பார் களே !" இப்படித்தான் விம்மியது போலும், அந்தப் பிறை நிலவு !

எல்லாப் பிள்ளைகளும் அவரவர்கள் வீட்டுக்குப் போய்விட்டார்கள். குமார் மட்டும் வீடு நோக்கி வந்து கொண்டிருக்கிறான். அதோ, அவன் வீடு ! வீட்டு வாயிலிலே யார் அந்தப் புது உருவம்? ஒரு வேளை; அம்மாவா?... வாயிற்படியிலே அடியெடுத்து வைத்த அவனை வாரி யெடுத்துத் தூக்கினாள் கோமதி ! எதிர்பாராத ஒரு உணர்ச்சி குமாரின் உள்ளத்தை உள்ளத்தை உலுக்கிவிட்டது போலும்? அவன் கண்கள் தாரை தாரையாக நீரைப் பொழிந்தன. கோமதிக்கு நடுக்கம் பிறந்தது. தன்னைக் குமார் ஏற்றுக் கொள்ளவில்லையெனக் கருதினாள்.அவள் உள்ளம் போர்க்களமாயிற்று! அரும்பு பொதியவிழாச் செடி இந்தக் குடும்பம்! அதன் வேரிலே ஊற்றப்படும் வெண்ணீராகத்தான் ஆகிவிட்டோமோ எனப் பயந்தாள். சிறிது நேரத்துக்கெல்லாம் குமாரின் உடல் கொதிக்க ஆரம்பித்தது. கோமதி அழுதே விட்டாள். அலுவலகத்திலிருந்து குழந்தைக்குத் தின்பண்டங்கள் வாங்கி வந்த கோகுல், இந்தக் காட்சியைப் பார்த்துக் கலங்கினான். "அம்மா பாருடா கண்ணா!" என்று கோமதியைக் காட்டினான்.

"எனக்குப் பொய் அம்மா வேணாம்! நிஜ அம்மா தான் வேணும்!" என்று புலம்பினான் குமார். அந்த வார்த்தைகள் வெடிமருந்துச் சாலையில் கிளம்பும் தீப்பொறிகள்போல இருந்தன கோமதிக்கு! குமாரின் காய்ச்சல் அதிகமாயிற்று. கோமதிக்கு குழந்தையுடன் இணைபிரியாதிருக்க ஒரு சந்தர்ப்பம் ஏற்பட்டது. அந்த சந்தர்ப்பம், குழந்தைக்கும் அவளுக்கும் தணியாத பாசத்தைத் தோற்றுவிக்க உதவிற்று.

ஆபத்து நேரங்களில் தான் நட்பு, காதல், பாசம் இவைகளின் 'மீட்டரே' அதிகமாகிறது-ஏன்; சில இடங்களில் ஆரம்பமாகிறது என்று கூடச் சொல்லலாம் அதற்கு உதாரணந்தானே; கோகுல்,. கோமதி இருவரின் காதல்! குமார் சிறிது சிறிதாக உடல் நலம் பெற்றான். அவன் உடல் நலம் பெற்று எழும்போது கோமதியை அம்மா என்று வாயார அழைக்கும் புதிய குமாராக இருந்தான். கோமதிக்குக் கொண்டாட்டம் தாங்கவில்லை. கோகுல்கூட சலித்துக் கொள்ளுகிற அளவுக்கு அவள் குழந்தையைப் பராமரிக்க ஆரம்பித்துவிட்டாள். குமாருக்கு ஒரு அம்மா கிடைத்துவிட்டாள்! பள்ளிக்கூடம் அனுப்ப, பள்ளிக் கூடத்திலிருந்து எதிர்கொண்டழைக்க, ஒரு அருமையான அம்மா கிடைத்துவிட்டாள்! இப்போது, குமார் பள்ளிக் கூடத்தில் பால புத்தரைப்போல் உட்கார்ந்திருப்பதில்லை ...வீர நெப்போலியனைப்போல் விஷமங்கள் செய்கிறான்.

வீடு திரும்பும்போது, சிறுவர்களை அவர்கள் தாயார் உபசரித்து வரவேற்பதை இப்போதெல்லாம் குமார், வெகு அலட்சியத்தோடு பார்த்துவிட்டு கம்பீரமாக நடக்கிறான்.

முன்பெல்லாம் குமார் ஒரு இலை; ஒரு மொட்டு- இப்போது இரு இலை; ஒரு மொட்டாக ஆகிவிட்டான்.

இரவு வெகுநேரம் வரையில் கோமதியின் வருகைக்காக கோகுல் விழித்திருக்க வேண்டியிருந்தது, படுக்கை யறையில்! காரணம், குமாரையும் கதை சொல்லி- பாட்டுப்பாடி தூங்க வைத்துவிட்டுத்தான் அவள் கோகுலிடம் வருவாள்-- கோகுலுக்கு அதில் கொஞ்சம் வருத்தம்கூட! ஆனாலும் வீட்டிலே குமாருடன் விளையாடுவதற்கு ஒரு பாப்பா வரப்போவதாக வேலைக்காரனும் வேலைக்காரியும் குமாரிடம் அடிக்கடி அறிவித்து வந்தார்கள்.

அந்தப் பாப்பா எங்கிருந்துவரும்? எப்படி வரும் ? அது எப்படியிருக்கும் ? என்கிற ஆராய்ச்சியில் ஈடுபட்டு, அதன் வரவை ஆவலோடு எதிர்பார்த்திருந்தான் குமார்.

ஒரு நாள், கோகுல் அலுவலகத்திற்கு லீவு போட்டு விட்டு வீட்டிலேயே தங்கிவிட்டான். கோமதிக்கு அன்று பிரசவ வேதனை அதிகமாகிவிட்டது. குமாருக்கு ஒன்றும் புரியவில்லை. "அம்மா ஏன் இப்படிக் கத்துகிறது?" அப்பாவைக் கேட்டான். வேலைக்காரர்களைக் கேட்டான். பெரிய சாக்ரடீசாக இருந்தால் தானென்ன; குழந்தையின் தர்க்கவாதக் கேள்விகளுக்குப் பதில் சொல்லிவிட முடியுமா என்ன? குமாருக்கு செயல் மூலம் பதில் சொல்லி, கோமதி ஒரு பெண் குழந்தைக்குத் தாயாகி விட்டாள். குமார் எதிர்பார்த்த பாப்பா வந்துவிட்டது.

"அம்மா, அம்மா! பாப்பாவை என்னோட பள்ளிக்கூடம் அழைச்சுகிட்டு போகலாமா?"

குமாரை முத்தமிட்டுக்கொண்டே கோமதி, "இப்போது வேண்டாண்டா ராஜா!" என்று தழுவிக் கொண்டாள். அந்த அன்பு ஸ்பரிசத்திலே அந்த அரும்பு மெய்மறந்து போயிற்று.

ஒருவருக்கொருவர் சமமாக பலமும், வளமும் இருக்கும்போதே பொறாமை உணர்ச்சி தலை காட்டுகிற இந்த உலகில். குமாரைவிடத் தன் குழந்தை பலஹீனமாகவும், வளமற்றும் இருப்பதைக் காணும் கோமதிக்கு அது போன்ற பொறாமைக் கனல் அவளையுமறியாமல் மூண்டதில் ஆச்சரியமில்லைதான்.

பாப்பா பிறந்தது முதல் அதற்கு நீங்காத நோய் தான்! அதைக் கவனிப்பதிலேயே அவளுக்கு நேரம் முழுவதும்

செலவாயிற்று! தன் குழந்தையின் நோய் நீங்க கோகுல் நல்ல டாக்டரிடம் காட்டவில்லை என்ற வருத்தம் வேறு அவளுக்கு!

"என் குழந்தைன்னா உங்களுக்குத் தள்ளுபடி !" என்று ஒரு நாள் அவள் கோபமாகப் பேசிவிட்டாள் கணவனிடம் ! '"என் குழந்தை" இந்த வேறுபாடான வார்த்தை கோகுல் உள்ளத்திலே சம்மட்டி அடிபோல் விழிந்தது; பெண்கள் தனக்கொரு குழந்தை பிறக்கும் வரையில்தான் மற்ற குழந்தைகளிடம் அன்பாக இருக்கிறார்கள். அப்படி அன்பாக இருந்தால் தான் தனக்குக் குழந்தை பிறக்கும் என்ற பழைய நம்பிக்கைதான் அதற்குக்கூடக் காரணம் போலும்! எல்லாக் குழந்தைகளிடமும் எப்போதும் அன்பாயிருக்கவேண்டும். என்ற புதிய எண்ணம் பெண்கள் உள்ளத்திலே வளராதா ?

இப்படிப் பெண்கள் சமுதாயத்தைப் பற்றியே மொத்தமாக ஒரு கணக்குப் போட்டுக்கொண்டு சிந்தனை யிலாழ்ந்தான் கோகுல் ! என் குழந்தை-உன் குழந்தை எனப் பிரித்துப் பேசுகிற அளவுக்கு வந்துவிடுவாள் கோமதி என அவன் - நினைக்கத்தானில்லை ! அம்மனூர் கோமதி எங்கேயோ போய்விட்டாளே ; அம்மா-ஸ்தானத்தில் வைத்துக் குமார் மகிழ்ந்த அந்தக் கோமதி ஏன் மறைந்துவிட்டாள் ?-கோகுல் குமுறும் கடலானான்! பாப்பா வந்துவிட்டதால், குமாரிடம் கோமதி காட்டுகிற அன்பு குறைந்திருக்கத் தேவையில்லைதான்! ஆனாலும் பாப்பாவின் உடல் நிலை கோமதியை அந்த நிலமைக்குக் கொண்டுவந்து விட்டது.

ஒரு நாள் படுத்திருந்த பாப்பாவை, குமார் மிகவும் சிரமப்பட்டுத் தூக்கிக்கொண்டு தெருப்பக்கம் போனான். அதைப் பார்த்த கோமதிக்குக் கோபம் வந்து விட்டது— "டே மூதேவி--ஏண்டா குழந்தையைத் தூக்கிட்டுப் போயி கொல்லப்போறே?" என்று அலறியபடி குழந்தையைப் பிடுங்கிக்கொண்டு உள்ளே வந்ததைப் பலகணி வழியே பார்த்தான். 'ஏதோ தப்புச் செய்து விட்டோம் போலிருக்கிறது,

அதுதான் அம்மா திட்டுகிறார்கள்!'. . என்று குமார் நினைத்துக்கொண்டு, இளம் வாய் சிரிப்பைக் காட்ட, இருவிழியும் நீரைக்கொட்ட அப்படியே நின்றுவிட்டான். 'மூதேவி' என்பதற்குப் பொருள் அந்த மொட்டுக்கு என்ன தெரியும்?

கோமதிக்குத் தன் குழந்தையைப் பற்றிய ஏக்கம் அதிகமாகி விட்டது. நாளுக்கு நாள் அது உடல் மெலிவதை அவளால் சகிக்க முடியவில்லை. ஒருநாள் குழந்தைக்குக் கடுமையான காய்ச்சல் கண்டது.

மனங்கொதித்த கோமதி. நல்ல டாக்டர் யாரை யாவது அழைத்து வரக்கூடாதா என்று கணவனைக் கடிந்துகொண் டிருக்கிறாள். அப்போது எதிரே ஒரு டாக்டர் வந்து நிற்கிறார். "யார் சார் உங்களைக் கூப்பிட்டு வந்தது ?" என்று வியப்போடு கேட்கிறான் கோகுல்.

"இதோ இவன்தான்!' என்று குமாரைக் காட்டுகிறார் டாக்டர்.

உடனே கோகுல் மகனை அள்ளி எடுத்து அணைத்து முத்தமாரி பொழிகிறான்.

ஆனால் குமார் எதிர்பார்த்தபடி அவன் அம்மாவிடமிருந்து ஒரு முத்தத் துளிகூடக் கிடைக்கவில்லை ! காரணம் என்ன? குமார் யோசித்தான் இளம் நெஞ்சம் இது போன்ற பெரிய யோசனையில் ஈடுபடலாமா ? "எனக்கு நிஜ அம்மா இல்லே ! இது போலி அம்மா — பொம்மை அம்மா !" இப்படி ஒரு முடிவுதான் அவன் மனத்தில் உதயமாகியிருக்க வேண்டும்! புத்தகங்களை எடுத்துக்கொண்டு பள்ளிக்கூடம் போய்விட்டான். வேலைக்காரி

அவனை வழி அனுப்பி வைத்தாள். குழந்தையைப் பரிசோதித்த டாக்டர், மருந்து கொடுத்துவிட்டு, "கொஞ்சம் ஆபத்தான நோய்,தான் ; பனிக்காற்றுப் படாமல் கவனித்துக் கொள்ளுங்கள்; பார்ப்போம் பிறகு !" என்று சொல்லிவிட்டுப் போய் விட்டார். கோமதியின் துயரம் பன்மடங்காயிற்று!

"இதுவரையில் சரியாகக் கவனிக்காததால் இப்படியாகிவிட்டது என் குழந்தை!" என்று கணவனிடம் சீறினாள். அவன் குழம்பியிருந்தான். தாழை மடலை மேலேயிருந்து தடவினால் முள் குத்தாது எதிர்ப்புறமிருந்து தடவினால் முள் குத்திக் கை ரணமாகிவிடும்! கோகுல், கோமதியிடம் எதிர்நீச்சல் போட்டு, இருதயத்தை இன்னும் ரணமாக்கிக் கொள்ள விரும்பவில்லை! ஒருசாதாரணப் பெண்ணுக்குரிய மனக்குமுறல் அது. அதைத் தனது அமைதியினாலேயே அடக்கி விட முடியுமென நம்பியிருந்தான் அவன்.

பள்ளிக்கூடம் முடிந்து குமார் வீடு திரும்பினான். கொஞ்ச நாட்களாக வேலைக்காரிதான் அவனை எதிர் வந்து அழைத்துப் போகிறாள். இரவு உணவுக்குப் பிறகு அனைவரும் படுக்கைக்குப் போயினர். கோமதியும் குழந்தையும் ஒரு படுக்கையில் ! கோகுல் நாற்காலியில் படுத்தபடித் தூங்கினான். தூங்காமல் புரண்டுகொண்டிருந்த குமார், மெதுவாக எழுந்தான். அறையின் மூலைகளை யெல்லாம் தேடினான். என்ன தேடுகிறான், இந்த இருட்டில் ? அறையில் அவன் தேடியது கிடைக்கவில்லை. வீட்டின் கீழ்ப்பக்கம் போனான் மெதுவாக ! அங்கும் தேடினான். உயரமான பீரோ ; அதன்மீது ஒரு நாற்காலியைப் போட்டு ஏறினான். ஆ! அதோ அவன் தேடியது கிடைத்துவிட்டது! அவனது அம்மா படம்!

அதை எடுத்து மார்போடு அணைத்துக்கொண்டான். படுக்கைக்கு வந்தான் படத்தோடு ! அம்மா படத்தின்

பக்கத்திலே படுத்துக் கொண்டான். 'அந்தக் கட்டிலிலே பாப்பாவும் அதன் அம்மாவும்! இங்கே, இந்தக் கட்டிலிலே அம்மாவும் நானும், அய்யோ !' இப்படி ஒரு வித்தியாச விஷத்தை அந்த அரும்பின் உள்ளத்திலே தெளிப்பதற்குக் காரணமாயிருந்தவள் கோமதிதான் !

இல்லை ! இல்லை ! நோய் வடிவான அவள் பிள்ளைதான் !

கோமதியின் அருகே கிடந்த பாப்பா அழுதது ; கோமதி நன்றாகத் தூங்கிக்கொண்டிருந்தாள். பலநாள் கண் விழித்த களைப்பு அவளுக்கு ! குமார் எழுந்து பார்த்தான். சன்னல்கள் எல்லாம் மூடிக் கிடந்தன.

'பாப்பாவுக்குக் காற்றில்லை : அதனால் அழுகிறது !' - இது அவன் எண்ணம். சன்னல் கதவுகளை நன்றாகத் திறந்துவிட்டான். சிலுசிலுவெனப் பனிக்காற்று வீச ஆரம்பித்தது. பாப்பாவும் அந்தக் குளிர்காற்று பட்டதும் மௌனமாகிவிட்டது. குமாரும், தான் நினைத்தது சரிதான் என்ற மகிழ்ச்சியில் பாப்பாவைத் தட்டிக் கொடுத்துவிட்டுத் தன் படுக்கைக்குப் போனான். குழந்தைக்குப் பனி கூடாது என டாக்டர் எச்சரித்தது அவனுக்கு என்ன தெரியும் ? தூங்கிவிட்டான். அனைவரும் ஆழ்ந்து தூங்கினர். விடியற்காலை ! கோமதி விழித்துப் பார்த்தாள், சன்னல் திறந்திருந்தது.

"அய்யோ ! யார் சன்னலைத் திறந்தது ?" என்று கத்தினாள். கோகுல் திடுக்கிட்டெழுந்தான்.

“நான்தானம்மா, பாப்பாவுக்குக் காற்று வேணும்னு திறந்தேன்!" என்று கூறியபடி எழுந்தோடி வந்தான் குமார்.

கோமதி, குழந்தையைத் தொட்டுப் பார்த்தாள். குழந்தை விறைத்துக் கிடந்தது. அது இறந்து அதிக நேரமாகிறது! முதலில் ஒரு முறை அழுததே, அப்போதே அது போய்விட்டது! ஆனால் பழி... குமாரின் தலையிலே விழுந்தது! அங்கிருந்த ஒரு கூஜாவை எடுத்துக் குமாரின் தலையிலே ஓங்கி வீசி எறிந்தாள் கோமதி ! அய்யோ ! அம்மா!' என அலறினான் குமார்! கூஜா குறி தவறி அவன் படுக்கையில் இருந்த அம்மா படத்தின்மீது விழுந்து, தூள் தூளாகப் போயிற்று. குமார் படத்தை எடுத்து முகத்தில் ஒற்றிக்கொண்டு அழுதான். உடைந்த கண்ணாடித் துண்டுகள் அவன் அழகு முகமெங்கும் கீறி, இரத்தம் கசிந்தது! கோகுலுக்கு எதை நினைத்து அழுவது என்று புரியவில்லை.

குமார் இரண்டு மூன்று நாட்களாகச் சரியாகச் சாப்பிடவே இல்லை. பாப்பாவைக் குழியிலே வைத்துப் புதைத்ததற்கு அவனல்லவா காரணமாம் ? அய்யோ, அப்பா பாப்பாவை நினைத்து அழுதுகொண்டே யிருக்கிறாரே ! அதற்கும் அவன்தானே காரணம்! கோகுல் எவ்வளவோ முயன்றும் அவனைச் சமாதானப்படுத்த முடியவில்லை.

"குழந்தை போய்விட்டது - அழுவதால் வரப்போகிறதா கோமதி ? குமாரைச் சமாதானப்படுத்து! அவன் அப்படியே ஏங்கிவிட்டான் !" என்று தழுதழுத்த குரலிலே கோகுல் அவளிடம் வேண்டிக்கொண்டான். பயனில்லை. கோகுல் மனப்புயலைத் தணிக்கும் மார்க்கம் தெரியாமல் தத்தளித்தான். குமாரைக் கூப்பிட்டுச் சாப்பிட வற்புறுத்தினான். அவன் மறுத்தான். மனைவியின் மீதுள்ள ஆத்திரத்தைக் குழந்தை மீது காட்டவேண்டுமென்ற முறைப்படி, குமாரின் கன்னத்திலே கோகுல் ஓங்கி ஓர் அறை கொடுத்துவிட்டு, விர்ரெனப் பறந்துவிட்டான் அலுவலகத்திற்கு!

'அப்பா! ஏன் என்னை அடிக்க வேண்டும் ?' விடை காண முடியவில்லை அந்தப் பச்சைப் பாலகனால்! பேசாமல் எழுந்து பள்ளிக்கூடம் போய்விட்டான்.

மாலை பத்திரிகை ஆபீசில் கோகுலுக்கு வேலை ஓடவில்லை. ஆறுமணி ஆகியும் நினைத்த கட்டுரையை எழுதி முடிக்க இயலவில்லை. மன நிம்மதியல்லவா எழுத்தாளனுக்கு முக்கிய மூல தளம் ? தொட்டுத் தொட்டு வளர்த்த தன் அருமைச் செல்வத்தை அறைந்து விட்டதை நினைத்து நினைத்து அவன் வெம்பினான். அவன் முதல் மனைவி, அவனெதிரே வந்து காலைப் பிடித்துக் கொண்டு அழுது, 'இனிமேலாவது நம் செல்வத்தை இப்படி அடிக்காதீர்கள்!' என்று கெஞ்சுவது போலிருந்தது ! போனில் மணி அடித்தது; பேசினான்.

"குமார், பள்ளிக்கூடத்திற்குப் போனவன் திரும்பவேயில்லை!" பள்ளிக்கூடத்திலும் இல்லை!'' என்று வேலைக்காரன் தகவல் கொடுத்தான். கோகுலுக்குத் தலை சுழன்றது. அறையைவிட்டு வெளியே ஓடிவந்தான். '"குமார்!'' என்று கத்தியபடி மாடிப்படியிலே கால் வைத்தான். உலகமே இருண்டுவிட்டது போன்ற உணர்ச்சி ! கண்களிலே பயங்கரமான சுழற்சி! கோகுல் கால் தவறியது ! கடகடவெனப் படிகளிலே உருண்டான். மாடிப்படி. முழுவதும் இரத்த வெள்ளம் !

ஆஸ்பத்திரியிலே, கவலைக்கிடமான நிலைமையிலே கோகுல் ! இதைக் கேட்ட கோமதி அலறித் துடித்துக்கொண்டு ஓடிவந்தாள். அவளை யாரும் உள்ளே அனுமதிக்கவில்லை. வெளியிலேயே உட்கார வைத்து விட்டார்கள். பிரக்ஞையே வரவில்லை. இன்னும் பத்து நிமிடத்தில் பிரக்ஞை வந்தால்தான் பிழைப்பான் - இல்லா விட்டால் பிழைக்கமாட்டான். இப்படித் தகவல் தரப்பட்டது அவளுக்கு!

தன்னாலேயே - தன்னுடைய போக்கினாலேயே தன் கணவனுக்கு ஆபத்து வந்து விட்டது என்பதை உணர்ந்தாள்.

அவளையறியாமல், கணவன் மீது அவளுக்குள்ள அன்பு புதுப் பிக்கப்பட்டது !

அவள் அமர்ந்திருந்த இடத்திற்கு அருகேயுள்ள மரத்திலே யிருந்து தழைகள் உதிர்ந்தன. அவற்றைக் கண்டு அலறினாள். அந்த மரக்கிளையில் அமர்ந்திருந்த இரு புறாக்களில் ஒரு புறா எழுந்து பறந்தது !- அதைப் பார்த்து ஓவெனச் சப்தமிட்டாள் ! அந்த நேரத்திலே, தன்னை அடித்ததற்குக் காரணம் கேட்க அப்பா வின் ஆபீசுக்குப் போய், அங்கே பியூன் உதவியோடு ஆஸ்பத்திரிக்கு வந்த குமார். அம்மா அழுதுகொண்டிருப்பதைப் பார்த்து அவளிடம் ஓடிவந்தான்.

'குமார் ! அப்பா ஏமாற்றிவிடுவார் போலிருக்கடா !"என்று அவனை அணைத்துக்கொண்டு வீரிட்டுக் கதறினாள் கோமதி !

"அழாதேம்மா !" என்று அவள் கண்களைத் தன் கொழுந்துக்க கைகளால் துடைத்தான் அந்த அரும்பு !

"யாரடா ராஜா இனிமேல் நமக்கு ஆதரவு ?" என்று விம்மினாள். அவள் மனக்கண் முன்னே, அம்மனூர் குடிசையில் கோகுலின் காலைப் பிடித்துக்கொண்டு ஆதரவு கோரிய அந்தக் காட்சி தோன்றி மறைந்தது.

"பயப்படாதேம்மா !.. நான் பெரியவனா ஆகி, உன்னைக் காப்பாத்துவேன்-பயப்படாதேம்மா !" என்று அவளது மோவாய்க் கட்டையைப் பிடித்துக்கொண்டு குமார் தேம்பி அழுதான்.

அந்தப் பசலையின் ஆதரவு மொழி, அவள் குறுகிப்போன இருதயத்தை விசாலமாக்கிவிட்டது ! தாய்மை உணர்ச்சி, பிள்ளையைப் பெற்றால்தான் வரவேண்டுமா ? அல்லது தன் வயிற்றில் பிறந்த பிள்ளையிடம்தான் காட்டப்பட வேண்டுமா? தாய்மை உணர்ச்சி, பெண் குலத்தின் சொத்தாயிற்றே ! அந்த உணர்ச்சி கோமதியின் உள்ளத்திலேயிருந்து பீரிட்டுக் கிளம்பிக் குமாரைத், தழுவிக்கொண்டது !

இருவரும் கன்னத்தோடு கன்னம் ஒட்டிக்கொண்டனர்.அம்மாவின் படத்திலேயுள்ள கண்ணாடித் துண்டுகள் கிழித்த கீறலின் தழும்புகளைக் கோமதியின் கண்ணீர் கழுவிக்கொண்டிருந்தது!

நர்ஸ் ஓடிவந்தாள் ! கோமதி, திடுக்கிட்டாள் !

கோகுல் பிழைத்துவிட்டான் என்ற இன்பச் சேதி கிடைத்தது. குமாரும், கோமதியும் உள்ளே ஓடினார்கள் ! கோகுல்,கோமதியின் இடுப்பிலேயுள்ள குமாரைக் கண்டான். உண்மையாகவே- இப்போது அவன் பிழைத்துவிட்டான்.

அரும்பைப் பாதுகாக்கும் இரு இலைகளும் உதிர்ந்து விடுமோ என்ற நிலை இருந்தது - இப்போது, மீண்டும் இரு இலை, ஒரு மொட்டு - ஆகிவிட்டது ! இந்தப் புதிய ஆரம்பம், இனி இரு இலை, இரு மொட்டு என்று ஆவதற்கான இன்ப ஆரம்பமாகவும் இருந்தது !

★★★

9 788198 822956